மூன்று நாடகங்கள்

1965

திஸ்மா

அமிலதேவதைகள்

தமிழ்மகன்

மின்னங்காடு

பதிப்பக வெளியீடு - 66
மூன்று நாடகங்கள்

ஆசிரியர் : தமிழ்மகன் ©
முதல் பதிப்பு : 2024

வெளியீடு : மின்னங்காடி பதிப்பகம்
24, அண்ணா 3-வது குறுக்குத் தெரு,
அவ்வை நகர், பாடி, சென்னை - 50.

Rs.120/-

Moondru Nadagangal

Author : Tamilmagan©
First Edition : 2024
Published by : Minnangadi Publications
24, Anna 3rd Cross Street,
Avvai Nagar, Padi, Chennai - 50
Website : www.minnangadi.com
Mail : minnangadipublications@gmail.com
Phone : 72992 41264
ISBN : 978-93-92973-76-5

ஆசிரியர் குறிப்பு

பிறப்பு, படிப்பு, பணி

- தமிழ்மகன் என்கிற பா.வெங்கடேசன் சென்னையில் 1964-ல் பிறந்தவர்.
- படிப்பு; B.Sc., M.A. மாநிலக் கல்லூரி, சென்னைப் பல்கலைக்கழகம்.
- 1989 தொடங்கி போலீஸ் செய்தி, தமிழன் நாளிதழ், வண்ணத்திரை, தினமணி, குமுதம், குங்குமம், ஆனந்த விகடன் இதழ்களில் 2019 வரை பணியாற்றியவர்.
- மாநிலக் கல்லூரியில் படித்தபோது 'பூமிக்குப் புரியவைப்போம்', 'ஆறறிவு மரங்கள்' என இரண்டு கவிதைத் தொகுதிகள் வெளியாகின.
- இளைஞர் ஆண்டையொட்டி, 1984-ல் டி.வி.எஸ். நிறுவனமும் இதயம் பேசுகிறது இதழும் இணைந்து நடத்திய போட்டியில் இவரது வெள்ளை நிறத்தில் ஒரு காதல் புதினம் முதல் பரிசு பெற்றது. இதயம் பேகிறது இதழில் தொடராக வெளியானது. அரசியல் விமர்சகர் சின்னக்குத்தூசி தேர்வு செய்தார். இதுவும் கல்லூரி படிக்கும்போதே நிகழ்ந்தது. பேராசிரியர்கள் இரா.இளவரசு, கவிஞர் மு.மேத்தா, பொன். செல்வகணபதி, இ.மறைமலை, பி.சிவகுமார் போன்றோர் ஆசிரியர்களாக – வழிகாட்டிகளாக- அமைந்தனர்.

விருதுகள்

- 1984-ல் இதயம் பேசுகிறது - டி.வி.எஸ் நிறுவனம் நடத்திய போட்டியில் வெள்ளை நிறத்தில் ஒரு காதல் நாவலுக்கு விருது.
- மொத்தத்தில் சுமாரான வாரம் குறுநாவல் தி.ஜானகிராமன் நினைவு போட்டியில் தேர்வு செய்யப்பட்டது. 1986-ல் தேர்வு செய்தவர் எழுத்தாளர் அசோகமித்திரன்.
- இவர் எழுதிய மானுடப் பண்ணை நாவல் 1996இல் தமிழக அரசின் விருது பெற்றது.
- எட்டாயிரம் தலைமுறை சிறுகதைத் தொகுப்பு 2008-ம் ஆண்டுக்கான தமிழக அரசின் விருது பெற்றது.
- எழுத்தாளர் சுஜாதா நினைவு அறிவியல் புனைகதை விருது (2008).
- வெட்டுப்புலி நாவல் (2009) கோவை ரங்கம்மாள் நினைவு விருது, ஜெயந்தன் அறக்கட்டளை விருது பெற்றது.

- ஆண்பால் பெண்பால் நாவலுக்கு (2011) விகடன் விருதும் ஜி.எஸ். மணி நினைவு விருதும் கிடைத்துள்ளன.
- வனசாட்சி நாவல் (2012) சுஜாதா அறக்கட்டளை விருது, மலைச்சொல் விருதுகள், அமுதன் அடிகள் விருது ஆகியன பெற்றது.
- வேங்கை நங்கூரத்தின் ஜீன் குறிப்புகள் நாவலுக்கு கனடா இலக்கியத் தோட்ட புனைவு இலைக்கிய விருது (2017) பெற்றார்.
- திராவிடர் கழகத்தின் பெரியார் விருது (2014), விஜய் டி.வி நீயா? நானா? வழங்கிய இலக்கிய விருது (2016) உள்ளிட்ட பல விருதுகள் பெற்றவர்.
- படைவீடு நாவல் (2021) வென்றுமண்கொண்டார் விருது, சௌமா விருது, வள்ளுவப் பண்பாட்டு விருது, உலகத் தமிழ்ப் பண்பாட்டு மையம் விருது ஆகியன பெற்றது.
- படைவீடு நாவலுக்காக மலேசிய நாட்டின் கே.ஆர்.சோமா நில நல வாரியத்தின் இலக்கிய விருது பெற்றவர். (பத்தாயிரம் அமெரிக்க டாலர் தொகை பரிசு.)
- தென்னிந்தியப் புத்தகக் கண்காட்சியின் 2024-ஆம் ஆண்டுடின் சிறந்த நாவலுக்கான கலைஞர் பொற்கிழி விருது பெற்றவர்.

எழுதிய நூல்கள்

- பூமிக்குப் புரியவைப்போம், ஆறறிவு மரங்கள் இரண்டும் கவிதைத் தொகுப்புகள்.
- வெள்ளை நிறத்தில் ஒரு காதல் (1984), மானுடப் பண்ணை நாவல் (1996), சொல்லித் தந்த பூமி (1997), ஏவி. எம். ஸ்டூடியோ ஏழாவது தளம் (2007), வெட்டுப்புலி (2009),ஆண்பால் பெண்பால் (2011), வனசாட்சி (2012), ஆபரேஷன் நோவா (2014), தாரகை (2016), நான் ரம்யாவாக இருக்கிறேன் (2018), படைவீடு (2020), பிரம்மராட்சஷ் (2021), ஞாலம் (2024) ஆகியவை இவரது நாவல்கள். மூன்று நாடகங்கள் (2024) இவருடைய நாடகங்களின் தொகுப்பு.
- இவருடைய நூல்கள் பலவும் முனைவர் பட்டத்துக்கும் ஆய்வு பட்டயங்களுக்கும் எடுத்தாளப்பட்டுள்ளன. கல்லூரிகளில் பாடமாக வைக்கப்பட்டுள்ளன.

- திரைப் பிரமுகர்கள் பற்றிய அரிய செய்திகளைச் சொல்லும் செல்லுலாயிட் சித்திரங்கள் (திரை) (2009), நூற்றாண்டு கண்ட தமிழ்ச் சிறுகதைகளை அறிமுகப்படுத்தும் தமிழ்ச் சிறுகதைக் களஞ்சியம் - (2013) ஆகிய கட்டுரைத் தொகுப்புகளும் இவர் படைப்புகள். சென்னையின் வரலாற்றை மெட்ராஸ் நல்ல மெட்ராஸ் (2016) என்ற பெயரில் எழுதியிருக்கிறார். விகடன் இணைய இதழில் வெளிவந்து பெரும் வரவேற்பைப் பெற்றது.

- ஆனந்த விகடனில் வெளியான ஆபரேஷன் நோவா (2014), ஜூனியர் விகடனில் வெளியான 'நான் ரம்யாவாக இருக்கிறேன்' (2018) ஆகிய அறிவியல் புனைகதைகள் பெரும் வாசக வரவேற்பைப் பெற்றன. திரையுலகைப் பின்னணியாகக் கொண்டு தாரகை என்ற நாவலை எழுதியுள்ளார்.

திரைத்துறை பணிகள்

- உள்ளக்கடத்தல், ரசிகர் மன்றம், பீட்ஸா மம்மி -3, கொற்றவை உள்ளிட்ட திரைப்படங்களுக்கு வசனம் எழுதியுள்ளார். நான் ரம்யாவாக இருக்கிறேன், ஆபரேஷன் நோவா நாவல்கள் சினிமாவுக்காக ஒப்பந்தமாகியுள்ளன.

குடும்பம்

தந்தை க.பாலகிருஷ்ணன் - தாய் பார்வதி. மனைவி திலகவதி.

மகன் மாக்ஸிம் - மருமகள் த.சந்தியா. பேத்தி அகல்விழி.

மகள் அஞ்சலி - மருமகன் ஸ்ரீதர். பேரன்கள் அதியமான், அகிலன்.

தொடர்புக்கு:
writertamilmagan@gmail.com
7824049160

1965

(திரைக்கதை வசனம்)

காட்சி 1
கரிய திரை

திரையில் வாசகம் டைப் ஆகிறது.

'இது கதையல்ல... வரலாறு. 99.9 சதவிகிதம் உண்மை சம்பவங்களை அடிப்படையாகக் கொண்டது.'

வாய்ஸ் ஓவர்: 1965. ஜனவரி 25.

விடிந்தால் இந்தியாவின் 15-வது குடியரசு தினம்.

காட்சி 2
காலை
கல்லூரி விடுதி

சென்னை பச்சையப்பன் கல்லூரி விடுதி. போலீசார் வாசலில் வந்து இறங்கி விடுதியை ஏற இறங்க பார்க்கிறார்கள். அவர்களின் முகத்தில் கடுமை தெரிகிறது. போலீஸ் ஜீப்பில் இருந்து பூட்ஸ் கால் ஒலிக்க இறங்கி விடுதிக்குள் ஓடுகிறார்கள். அவர்களின் பூட்ஸ் கால்கள் காட்டப்படுகின்றன. அரை டிராயர் போட்ட போலீஸ்காரர்கள். அவர்கள் கைகளில் லட்டியும் கவச கேடயமும் இருக்கின்றன.

ஸ்ரீ வெங்கடேஸ்வரா ஹாஸ்டலில் உள்ள மாணவர்கள் விடுதியின் முன் கருப்புக் கொடியை ஏற்றுகின்றனர். அரசியல் குண்டர்கள் சிலர் மாணவர்களிடம் பிரச்சினை ஏற்படுத்தி சண்டையைத் தொடங்குகிறார்கள். அரசியல்வாதிகள் வெள்ளை வேட்டி சட்டையில் இருக்கிறார்கள். காவல்துறையினர் வருவதைப் பார்த்து அரசியல்வாதிகள் ஓடிவிடுகிறார்கள். அவர்களைப் பின்தொடர்வதற்குப் பதிலாகக் காவல்துறையினர் மாணவர்களைத் துரத்தியபடி ஹாஸ்டலுக்குள் நுழைந்து, உள்ளே இருந்த அனைவரையும் அடித்துத் துவைக்கிறார்கள். மாணவர்கள் தலை உடைந்து ரத்தம் வழிகிறது. அறைக்குள் சிக்கிய ஒரு மாணவனை போலீஸ்காரர்கள் பூட்ஸ் கால்களால் உதைக்கிறார்கள். இன்னும் சில அறைகளில் மாணவர்கள் சுதாரித்து ஓடுகிறார்கள். புறநானூறு மூலமும் உரையும் என்ற புத்தகத்தை மிதித்தபடி போலீஸ் ஒருவர் ஓடுகிறார். ஹாஸ்டல் எங்கும் அலறல் சத்தம். மாணவன் ஒருவன் மாடியில் இருந்து குதித்து, காலில் ரத்தம் வழிய நொண்டிக்கொண்டு

ஓடுகிறான்.

காட்சி 3

பகல்

பிரிசிடென்ஸி கல்லூரி, சட்டக்கல்லூரி.

மாநிலக் கல்லூரி, சென்னை உயர் நீதிமன்ற சட்டக் கல்லூரி முகப்புகள் காட்டப்படுகின்றன. மாணவர்கள் ஆர்ப்பாட்ட பேனர்களுடன் வருகின்றனர். எதிரில் வரும் போலீஸ் வேனில் இருந்து போலீஸார் திபு திபுவென இறங்குகிறார்கள். போலீஸ் தடியடி நடத்தி மாணவர்களை விரட்டியடிக்கின்றனர்.

காட்சி 4

பகல்

அண்ணாமலைப் பல்கலைக்கழக வாசல்.

அண்ணாமலை பல்கலைக்கழக மாணவர்கள் சுமார் 300 பேருடன் போராட்டம் நடத்துகின்றனர். அவர்களின் கைகளில் இந்தி ஒழிக... தமிழ் வாழ்க போர்டுகள். அவர்களில் (எம். ராஜேந்திரன்) ஒருவன் ரயில்வே கிராசிங்கை அடையும்போது காவல்துறையினரால் தடுக்கப்படுகிறான். அவன் தலையில் ரத்தம் வழிந்துகொண்டிருக்கிறது. கான்ஸ்டபிளுக்கும் மாணவருக்கும் இடையே சச்சரவு தொடங்குகிறது. காவல்துறையினர் லத்திகளால் மிருகத்தனமாகத் தாக்குகிறார்கள். மாணவர்கள் தப்பி ஓடுகிறார்கள். போலீஸ் கண்ணீர்ப் புகை துப்பாக்கிச் சூடு நடத்துகிறது. மாணவர்கள் சிதறி ஓடுகிறார்கள். புகை மண்டலம், திரை இருள்கிறது.

காட்சி 5

மதுரை தியாகராஜா கல்லூரி வாசல்.

பகல்.

தியாகராஜா கல்லூரியில் மாணவர்கள் திரண்டு நிற்கிறார்கள். அவர்கள் மத்தியில் கதிரவன் பேசும் எழுச்சியுரை கேட்கிறது. அவன் முகம் காட்டப்படவில்லை. அவன் பேச்சைக் கேட்கும் மாணவர்களின் ரியாக்ஷன்ஸ்.

கதிரவனின் குரல்: ஓர் இனத்தை அழிக்க வேண்டுமானால் அவர்களின் மொழியை அழித்தால் போதும். அதைத்தான் செய்ய நினைக்கிறார்கள். இப்போது நாம் சும்மா இருந்துவிட்டால் வருங்காலம் நம்மை மன்னிக்காது. மாணவர்களே... தமிழைக் காப்பாற்ற வேண்டிய பொறுப்பைக் காலம் உங்களிடம் வழங்கி யிருக்கிறது. இதைவிட பெரிய கடமை நமக்கில்லை... சூளுரைப்போம் தமிழைக் காப்போம். திரண்டு வா தோழனே!

மாணவர்கள்: தமிழ் வாழ்க... தமிழ் வாழ்க...

ஒரு மாணவன்: கதிரவன் வாழ்க.

அனைத்து மாணவர்களும்: கதிரவன் வாழ்க... தமிழ் வாழ்க...!

சி.இ.ஓ குப்தா கல்லூரி வாசலில் ஜீப்பில் இருந்தபடி குறிப்பெடுக்கிறான். அவனுடைய சிறிய பாக்கெட் நோட்டில் ஏற்கெனவே சில பெயர்களை இந்தியில் எழுதியிருக்கிறான். அந்த வரிசையில் இப்போது கதிரவன் பெயரை இந்தியில் எழுதுகிறான்.

காட்சி 6

பிரதமர் அலுவலகம், தமிழக முதல்வர் இல்லம். இரவு.

முதல்வருக்கும் பிரதமருக்கும் இடையிலான தொலைபேசி உரையாடல். அவர்கள் ஆங்கிலத்தில் பேசிக்கொள்கிறார்கள். தமிழில் ஒலிக்கிறது.

முதல்வர் பக்தவத்சலம்: நிலைமை கட்டுக்குள் இருக்கிறது. இன்னும் சில நாட்களில் எல்லாம் சரியாகிவிடும்.

பிரதமர் சாஸ்திரி: கேட்கும் தகவல் எல்லாம் அப்படி இல்லையே. ராணுவம் தேவைப்படுமா?

முதல்வர்: தேவை இருக்காது.

பிரதமர்: எந்த உதவி வேண்டுமானாலும் தயங்காமல் கேளுங்கள்.

முதல்வர்: அதற்கு அவசியம் இருக்காது என்றே நினைக்கிறேன். உங்கள் அக்கறைக்கு நன்றி.

போனை வைத்துவிட்டு பிரதமர் தம் எதிரில் அமர்ந்திருக்கும் குல்சாரிலால் நந்தாவைப் பார்க்கிறார்.

பிரதமர்: Mr. Nandha... Madras situation is going worst. Military should take charge. Be alart.

நந்தா: Sure sir.

டைட்டில் காட்டப்படுகிறது.

இந்தியை ஏன் எதிர்க்கிறோம் என்ற அண்ணாவின் பேச்சு டைட்டில் கார்டு முடியும் வரை ஒலிக்கிறது.

காட்சி 7

பகல்

விருது நகர் கதிரவன் - மீனாட்சி இல்லம்.

பிப்ரவரி 10, 1965.

இந்தத் தேதி திரையில் ஒவ்வொரு எழுத்தாகப் பழைய டைப் ரைட்டிங் மிஷின் எழுத்துக்களாகக் காட்டப்படுகின்றன.

படல் வைத்து மூடியிருக்கும் சிறிய வீடு. நான்கைந்து செடிகள் உள்ள சிறிய தோட்டம். அதையொட்டி மாடிக்கு செல்லும் படிக்கட்டு. படிக்கட்டு கைப்படி சுவரில் பேராசிரியர் கதிரவன் என்ற போர்டு. மேலே என்ற எழுத்து படிக்கட்டு போல ஒன்றுக்கு மேல் ஒன்றாக எழுதப்பட்டிருக்கிறது. குப்தா, ஹெட்கான்ஸ்டபிள் கோவிந்தராஜுலு இருவரும் மாடியில் ஏறி, கதவைத் தட்டிக் காத்திருக்கிறார்கள். மீனாட்சி கதவைத் திறக்கிறாள். தைரியமான தீர்க்கமான பெண். குப்தா, மீனாட்சியை முறைத்துப் பார்த்துக்கொண்டிருக்கிறான்.

குப்தா: *துமாரா நாம் க்யா?*

மீனாட்சி அமைதியாக இருக்கிறாள். ஹெட்கான்ஸ் மொழிபெயர்த்துச் சொல்கிறார்.

ஹெட்கான்ஸ்: *உன் பேர் என்னனு கேக்றாரு?*

மீனாட்சி: *மீனாட்சி.*

ஹெட்கான்ஸ்டபிள்: *அம்மா கதிரவன் உன் புருஷந்தானே? வீட்ல*

இருக்காரா?

மீனாட்சி: *(இருவரையும் சந்தேகமாகப் பார்த்தபடி)* ஆமா.. இல்ல.

ஹெட்கான்ஸ்டபிள்: என்ன ஆமா... இல்ல? ஒழுங்கா பதில் சொல்லு.

மீனாட்சி: கதிரவன் என் புருஷனான்னு கேட்டீங்க. அதுக்கு... ஆமா. வீட்ல இருக்காரான்னு கேட்டீங்க. அதுக்கு... இல்ல. ஒரே நேரத்தில ரெண்டு கேள்வி கேட்டீங்க... நானும் ரெண்டு பதில் சொல்லிட்டேன். வெளியூர் போயிருக்காரு.

ஹெட்கான்ஸ்டபிள்: சரி... சரி. பெரியய்யா டெல்லியில இருந்து விசாரிக்க வந்திருக்காரு. உங்க வீட்டுக்காரு போராட்டம் பண்றத நிறுத்த சொல்லு. நிறைய பேர் மிஸ்ஸிங் கேஸ்ல காணாமப் போயிட்டு இருக்காங்க. ஒழுங்கா அய்யாவ பாத்து மன்னிப்பு லெட்டர் எழுதிக்குடுத்துட்டு பொழைக்கிற வழிய பாக்க சொல்லு. எப்ப வருவாருன்னு சொன்னாரா?

மீனாட்சி: ரெண்டு நாள்ல வந்துடுவேன்னு போனாரு.

ஹெட்கான்ஸ்: எப்ப போனாரு?

மீனாட்சி: போன மாசம் 24-ம் தேதி.

ஹெட்கான்ஸ் விரல்விட்டு தேதிகளை எண்ணுகிறார்.

ஹெட்கான்ஸ்: 25, 26, 27. 28, 1, 2,3,4,5,6,7,8... ரெண்டு நாள்ல வரேன்னு சொல்லிட்டு பன்னெண்டு நாள் ஆகிடுச்சே புள்ள... ஏற்கெனவே மிஸ் ஆகிட்டானோ? மிஸ் ஆகறதுன்னா என்னன்னு தெரியுமா?

மீனாட்சி, குப்தாவைப் பார்க்கிறாள்.

ஹெட்கான்ஸ்: அவ்வளவுதான் சொல்லுவேன் பாத்துக்க. வந்தா உடனே ஸ்டேஷனுக்கு வரச் சொல்லு.

குப்தா, இந்தியில் ஹெட்கான்ஸ்டபிளைப் பார்த்து ஏதோ சொல்கிறான்.

ஹெட்கான்ஸ்: சொல்லிட்டன் சார்...

ஹெட்கான்ஸ்டபிள் மீனாட்சியைப் பார்த்து...

ஹெட்கான்ஸ்: என்ன சொல்றாரு புரியுதா... மிஸ் ஆகாம இருந்தா அய்யாவ வந்து பார்க்கச் சொல்லு... அப்பத்தான் மிஸ் ஆகாம இருக்க முடியும்.

மீனாட்சி: மொதல்ல இத பாலுகிட்ட சொல்லிட்டீங்களா?

ஹெட்கான்ஸ் ஜெர்க் ஆகிறார்.

ஹெட்கான்ஸ்: என்னது பாலுவா?

மீனாட்சி: பாலுவும் கதிரவனும் ஒண்ணா படிச்சவங்கன்னும் தெரியும். நீங்க பாலுவோட அப்பான்னும் தெரியும்.

ஹெட்கான்ஸ்: ஏம்மா நீயே என் பையன புடிச்சு குடுத்துடுவே போலருக்கே.

குப்தா என்ன என ஜாடையில் கேட்கிறான்.

ஹெட்கான்ஸ்: (இந்தியில்) வந்ததும் கூட்டிட்டு வர்றேன்னு சொல்றா.

இருவரும் புறப்பட்டுச் செல்கிறார்கள். அவர்கள் பேசிக்கொண்டு செல்வது மட்டும் மீனாட்சியின் பார்வையில் இருந்து காட்டப் படுவது.

குப்தா (இந்தியில்): ரொம்ப நேரம் பேசினாளே?

ஹெட்கான்ஸ்: *They likes Tamil sir. So, always speaking... speaking.*

மீனாட்சி கதவைச் சாத்திவிட்டு உள்ளே வருகிறாள். நாற்காலியில் இருக்கும் பட்டினப்பாலை நூலை எடுத்து டேபிள் மீது வைத்து விட்டு. நாற்காலியில் அமர்ந்து கைகளால் முகத்தை மூடிக்கொண்டு யோசிக்கிறாள்.

காட்சி 8

விருதுநகர் பேருந்து நிலையம்.

பகல்.

விருதுநகர் பஸ் ஸ்டாண்டுக்கு வெளியே தேநீர் கடை. அங்கு ஒரு குழுவாக மாணவர்கள் உட்கார்ந்திருக்கிறார்கள். ஒருவன் அண்ணாவின் அறிக்கையைப் படிக்க, மற்றவர்கள் கேட்டுக்

கொண்டிருக்கிறார்கள். அது அண்ணாவின் குரலில் ஒலிக்கிறது.

பாலு சற்று தூரத்தில் சிறுவர்களுடன் கில்லி விளையாடிக் கொண்டிருக்கிறான். பேச்சு முடிந்ததும் பக்கத்தில் உள்ள பலகைகளை எடுக்கிறார்கள். இந்தி எதிர்ப்பு வாசகங்கள் எழுதப்பட்ட பேனர்கள் அவை. திடீரென ஒரு மாணவன் இந்தி ஆதிக்கம் ஒழிக என உரக்கக் கத்துகிறான். மற்றவர்களும் இந்தி எதிர்ப்பு கோஷங்களை எழுப்புகிறார்கள். பாலு கில்லி விளையாடுவதை நிறுத்திவிட்டு, தாண்டு கோலை போட்டுவிட்டு ஓடிவந்து அதை வழிமொழிந்து கத்துகிறான். அதனால் அங்கே கும்பல் கூடுகிறது. பாலு உற்சாகமாக இந்தி ஒழிக எனக் கத்திக்கொண்டிருக்கிறான். அவனை ஒரு கை பின்னால் இருந்து வந்து கூட்டத்திலிருந்து இழுத்துச் செல்கிறது. அது அவனது தந்தை கோவிந்தராஜுலு. கான்ஸ்டபிள் சீருடையில் இருக்கிறார்.

ஹெட்கான்ஸ்: பாலு... பெசாம என் கூட வா.

பாலு: நா ஒண்ணும் பண்ணல... இங்க கில்லி விளையாடிட்டு வர்றேன்.

ஹெட்கான்ஸ்: நிறைய பேரை புடிச்சு ஜெயில்ல போட்டு வெச்சிருக்கானுங்க. பல பேர் என்ன ஆனாங்கன்னே தெரியல. கதிரவனைத் தேடி டெல்லி போலீஸ் வந்திருக்குது. இது எங்க போய் முடியும்னு தெரியில. நீ ஒரு வாரம் வீட்டுக்குள்ள இரு. ஒண்ணே ஒண்ணு கண்ணே கண்ணுன்னு பெருமாள் புண்ணியத்தில பொறந்தவன் நீ...

பாலு: ஒன்னும் ஆவாதுப்பா. சட்டம்னு ஒண்ணு இருக்குதில்ல? எல்லாரையும் புடிச்சுட்டுப் போய் என்ன பண்ணிடப் போறாங்க? கேஸ் போடுவாங்க... நீதிமன்றம் பல விசித்திரமான வழக்குகளைச் சந்தித்திருக்கிறது... புரியுதா?

இருவரும் தெலுங்கில் வாக்குவாதம் செய்கிறார்கள்.

இதை குப்தா கவனிக்கிறான். தன் நோட்டுப்புத்தகத்தில் பாலு என இந்தியில் எழுதி, ஏதோ முடிவெடுத்தவனாக அதை அடித்து விடுகிறான்.

போராட்டத்தில் இருந்து ஒரு மாணவன்: பாலு... கதிரவனப் பாக்க மதுரைக்கு போறோம் வர்றியா?

தன் தந்தை சொன்னதைப் பொருட்படுத்தாமல் பாலு தனது

நண்பர்களுடன் பஸ்ஸில் ஓடிச் சென்று ஏறுகிறான். குப்தா அதை கவனிக்கிறான்.

காட்சி 9

விருதுநகர் பேருந்து நிலையம். மதுரை செல்லும் பஸ். பகல்

விருதுநகரில் இருந்து வரும் பஸ் மதுரை செல்லும் பஸ். பாலு அதில் ஓடி ஏறுகிறான். பஸ்ஸில் மீனாட்சியைப் பார்த்து ஆச்சர்யப் படுகிறான்.

பாலு: மீனாட்சி... நீ எங்க?

மீனாட்சி புன்னகைக்கிறாள். பாலு அவள் அருகே வந்து அமர்கிறான்.

மீனாட்சி: கதிரவனை பத்து நாளா காணல. டெல்லியில இருந்து போலீஸ் வந்து தேடுது. உங்க அப்பாதான் கூட வந்தாரு.

பாலு: ஆமாமா... இப்பத்தான் சொன்னாரு. அவர்கிடக்கிறாரு. கதிரவன யாரும் ஒண்ணும் பண்ண முடியாது. இப்ப நாங்கல்லாம் கதிரவனைப் பாக்கத்தான் போறோம்.

நாங்க என்று சொன்னதால் மீனாட்சி மற்றவர்கள் யார் எனப் பார்க்கிறாள். அங்கே மூன்று இளைஞர்கள். மீனாட்சியைப் பார்த்து நட்புடன் புன்னகைக்கிறார்கள்.

பாலு: எல்லாம் நம்ம கதிரவன் தயாரிப்புங்க. கில்லிங்க.

மீனாட்சி: பாத்தேன்... நீ ஆடினத.

பாலு: பாத்துட்டியா?

சிரிக்கிறான்.

சாலையில் பேருந்துகள் நிற்கின்றன. கண்டக்டர் இறங்கிச் சென்று பார்க்கிறார். பஸ்ஸில் உள்ளவர்கள் தலையை வெளியே நீட்டிப் பார்க்கிறார்கள். பாலு இறங்கிச் சென்று பார்த்துவிட்டு மீண்டும் பஸ்ஸில் வந்து மீனாட்சியின் பக்கத்தில் அமர்கிறான்.

பாலு: எல்லாம் நம்ம இந்தி எதிர்ப்புதான்... வேற ஒண்ணும் இல்ல.

கண்டக்டர் பஸ்ஸில் ஏறி, டிரைவரிடம் ஏதோ சொல்கிறார். பின்னர் பயணிகள் பக்கம் திரும்பி,

கண்டக்டர்: மதுரை போற வழி நெடுக்க கலவரமாம். அதனால் வேற வழி புடிச்சி போறோம்.

பஸ் திரும்பி ஓர் ஊர் சாலை வழியாகச் செல்கிறது.

அடர்த்தியான மரங்கள் நிறைந்த பசுமையான சாலை. இரண்டு பக்கமும் வயல்கள்.

பாலு ஒரு கவிதையை வாசிக்கிறான். பஸ்சில் வந்த மாணவர்களும் சேர்ந்து கொள்கிறார்கள். ஒரு வரியை பாலு சொன்னதும் அடுத்த வரியை மற்றவர்கள் சொல்கிறார்கள்.

பாலு: தமிழ் எங்கள் உயிர்

மற்றவர்கள்: தமிழ் எங்கள் பெயர்

பாலு: தமிழ் எங்கள் மூச்சு

மற்றவர்கள்: தமிழ் எங்கள் பேச்சு

பாலு: தமிழ் எங்கள் வேர்

மற்றவர்கள்: தமிழ் எங்கள் ஊர்

பாலு: தமிழ் எங்கள் மொழி

மற்றவர்கள்: தமிழ் எங்கள் வழி.

அனைவரும் கை தட்டுகிறார்கள்.

பாலு: கதிரவன் எழுதின கவிதை...

மீனாட்சி தெரியும் என்பதாகத் தலையசைக்கிறாள்.

மீனாட்சி ஜன்னலுக்கு வெளியே நிலப்பரப்பைப் பார்க்கிறாள். அவள் தலைமுடி காற்றில் அலைகிறது.

பஸ் குலுங்கி நிற்கிறது.

காட்சி 10

கூடலூர் சாலை கலவரம்

பகல்.

பஸ் சடன் பிரேக் போட்டு குலுங்கி நிற்கிறது.. பஸ் எங்கெங்கோ சுற்றி கூடலூரில் வந்து நிற்பதைப் பார்க்கிறார்கள். பாலுவும் மீனாட்சியும் பேருந்தில் இருந்து இறங்குகிறார்கள். என்ன நடக்கிறது என்பதைக் காண சிறிது தூரம் நடந்து செல்கிறார்கள். ஒரு சிறுவன் காலில் காயம்பட்டு அழுதுகொண்டு நிற்க, அருகே ஒரு போலீஸ் ஜீப் நிற்பதைக் காண்கிறார்கள். சிறு கூட்டம் நிற்கிறது.

கூட்டத்தினரின் பேச்சு சலசப்பு கேட்கிறது.

குரல் 1: வேணும்னே தான் வண்டிய ஏத்தினானுங்க. இந்தி வேணாம்னா ஜீப்ப விட்டு ஏத்துவியா?

குரல் 2: அதுகாக போலீஸ்காரனுங்கள புடிச்சு வெச்சா எப்பிடிய்யா?

குரல் 3: போலீஸ்னா வரமுற இல்லியா? நம்மள காப்பாத்தத்தான் போலிஸு. ஸ்டேஷனையே காலி பண்ணிட்டம் இல்ல? காக்கி டவுசருங்க எல்லாம் துண்டக் காணம் துணியக் காணம்னு காட்டுப் பக்கம் ஓடிபோயிட்டானுங்க தெரிஞ்சுக்க. யார்கிட்ட?

குரல் 4: காக்கி சொக்கா மட்டுமாய்யா... கதர் சொக்காவும்தான் கலகலத்துப் போயிருக்கானுக. காமராஜ் மன்றத்தைத் தலைகீழா பொரட்டிட்டோம்ல?

குரல் 5: ஏப்பா... இதெல்லாம் நல்லதுக்கில்ல. பசங்க இந்திய எதிர்க்கிறது சரி. ஆனா இப்பிடி ஏடாகூடமா நடந்துக்கக் கூடாது. ஏப்பா மாணிக்கம்... வந்துட்டியா? நீயே சொல்லுப்பா நியாயத்த.

மாணிக்கம் என்பவர், முகம் காட்டப்படுகிறது.

மாணிக்கம்: இப்படியெல்லாம் பண்ணவே கூடாது. நம்ம நோக்கமே பாழாயிடும். மொதல்ல இந்த போலீஸ்காரங்கள போக விடுங்க.

என்றபடி ஜீப்பில் மடக்கி உட்காரவைக்கப்பட்டிருந்த கான்ஸ்டபிள்களை விடுவிக்கிறார். இருவரும் ஜீப்பில் இருந்து இறங்கி நிற்கிறார்கள்.

மாணிக்கம்: நீங்க போங்க சார்.

இருவரும் தயங்கித் தயங்கிச் செல்ல கூட்டம் வழிவிடுகிறது.

அப்போது கேரளத்திலிருந்து ஒரு வேன் வந்து நிற்கிறது. கூட்டம், அந்த வாகனத்தை வழிமறித்துத் திரும்பிச் செல்லச் சொல்கிறது. அதில் வெளிநாட்டுப் பயணிகள் அமர்ந்திருக்கிறார்கள்.

கூட்டத்தில் ஒருவன்: டிரைவர் தம்பி... இங்கிட்டு வண்டி யெதுவும் போகாது. அப்பிடியே திருப்பு.

மாணிக்கம் வேனில் ஃபாரினர் இருப்பதைக் கவனித்து அவர்களுக்கு நிலைமையை விளக்குகிறார்.

மாணிக்கம்: ஹிந்தி அஜிடேஷன் கோயிங் ஆன். ஆல் ஏரியா இஸ் சிவியர்லி ப்ளாக்டு. ட்ரை டுமாரோ. டோன்ட் டேக் ரிஸ்க்.

டிரைவர் வேனில் இருக்கும் ஃபாரின் பயணிகளைப் பார்க்கிறான்.

ஃபாரினர்: ஓகே. வி வில் ட்ரை டுமாரோ... தாங்க் யூ.

வேன் திரும்புகிறது. அங்கே கையில் பையுடன் மீனாட்சியும் பாலுவும் நிற்பதைப் பார்த்து ஃபாரினர், டிரைவரிடம் வண்டியை நிறுத்தச் சொல்கிறார்.

பாலுவைப் பார்த்து...

ஃபாரினர்: ஷெல் யூ கம் வித் அஸ்?

பாலு தயங்கி நிற்க... மாணிக்கம் அதைக் கவனிக்கிறார்.

மாணிக்கம்: No problem. I will make arrangements for these people. They stay here.

ஃபாரினர் கையசைக்க வேன் புறப்படுகிறது. மாணிக்கம் கூட்டத்தைக் கலைந்து செல்லுமாறு கேட்கிறார். நின்று நிதானமாகக் கூட்டம் கலைகிறது. மீண்டும் வந்து பார்த்தபோது, பாலு, மீனாட்சி நின்றிருந்த இடம் காலியாக இருக்கிறது.

மாணிக்கம்: இங்க நின்னுட்டிருந்தவங்க எங்கிட்டு போனாங்க?

ஒருவன்: தெரியலைண்ணே...

எங்கே போனார்கள் என மாணிக்கம் குழப்பமாகப் பார்த்துவிட்டு வீட்டை நோக்கி நடக்கிறார்.

தமிழ்மகன் | 17

காட்சி 11

டீக்கடை

இரவு.

பாலு, மீனாட்சி, மாணவர்கள் மூவர் என ஐந்து பேரும் ஒரு மூடிய டீக்கடை பக்கத்தில் நிற்கிறார்கள். இருட்டிலே தென்பட்ட ஒருவரிடம் பாலு பேசுகிறான்.

பாலு: அண்ணே பஸ் இப்ப வருமா?

ஒருவர்: எந்த ஊர் தம்பி நீ? இந்த ஊருக்குள்ள வர்றதே ஒரு பஸ்ஸுதான். அதையும் பய புள்ளைக நிறுத்திப்புட்டாய்ங்க. நீ வேற.

அவர் நடந்துகொண்டே இருக்க, பாலு பின்னாலேயே ஓடி,

பாலு: இங்க ராத்திரி தங்கறதுக்கு ஹோட்டல் எதனாச்சும் இருக்குமா?

ஒருவர்: ஒழுங்கா ஒரு டீக்கடையே இல்ல... நீ ஹோட்டல் கேக்கிற... போவியா?

மாணிக்கம் அவர்கள் பேசுவதைக் கேட்கிறார். அவர்களிடம் நெருங்கி வந்து பேச்சு கொடுக்கிறார்.

மாணிக்கம்: தம்பிகளா... நம்ம வீட்ல இருந்துக்கங்க... காலைல பஸ் வந்தா நானே வந்து ஏத்திவிடுறேன். பயப்படாம வாங்க..

மீனாட்சி: இல்லண்ணே... ஏதாவது வண்டிக்கு ஏற்பாடு பண்ணீங்கன்னா மதுர போயிடுவோம்.

மாணிக்கம்: இந்த ராத்திரியில ஒரு வண்டியும் கிடைக்காது. நிலைமையும் சரியில்ல. ராத்திரி வீட்ல ரெஸ்ட் எடுத்துட்டு காலையில கிளம்பிடுங்க.

பாலு: சார் அது வந்து...

மாணிக்கம்: வந்து போயில்லாம் இல்ல. வந்துட்டு போயிடுங்க.

அனைவரும் சற்று அதிர்ந்து.. பிறகு புன்னகைக்கிறார்கள்.

காட்சி 12

மாணிக்கம் வீடு

இரவு

தெருவே இருட்டாக இருக்கிறது. மாணிக்கம் வீடு. வளைவு ஓடு வேய்ந்த வீடு. 'ஒன்றே குலம் ஒருவனே தேவன்' என்ற திருமூலரின் மந்திரம் எழுதிய பலகை ஒன்று முகப்பில் தொங்குகிறது. ஐவரும் பார்க்கிறார்கள். தனது வீட்டுக்குள் நுழைந்து தனது மனைவி மற்றும் குழந்தைகளை பாலு அண்ட் கோ-வுக்கு அறிமுகப்படுத்துகிறார்.

மாணிக்கம்: சரோஜா... விருந்தாளிங்க வந்திருக்காங்க பாரு.

சரோஜா: வாங்க தம்பி... வாம்மா.

வீட்டில் திருக்குறள், திருவாசகம், கல்லாடம், மலைபடு கடாம், நற்றிணை எனத் தலைப்பிட்ட நூல்கள் மேஜைமீது அடுக்கி வைக்கப்பட்டுள்ளன. தீ பரவட்டும், நிலையும் நினைப்பும் உள்ளிட்ட நூல்கள் பாயில் உள்ளன. நடுவே ஒரே ஒரு குண்டு பல்பு எரிகிறது.

மாணிக்கம்: எல்லாரும் வெளிய உக்காந்து நிலாச் சோறு சாப்பிடுவோம்.

என்றபடி பாய்களையும் அரிகேன் விளக்கையும் எடுத்துக்கொண்டு வெளியே செல்கிறார். பாலு, அவன் நண்பர்கள் உடன் செல்கிறார்கள்.

சரோஜா: சோறு செஞ்சிட்டு கூப்புடுறேன். பேசிக்கிட்டு இருங்க.

மாணிக்கம்: காய் எதனாச்சும் இருக்கா..? தோட்டத்தில பறிச்சிச்சுட்டு வரட்டுமா?

சரோஜா: காயெல்லாம் இருக்கு... நீங்க பிள்ளைக கிட்ட பேசிக்கிட்டு இருங்க.

மீனாட்சி: நான் உங்களுக்கு ஹெல்ஃப் பண்றேன் அண்ணி...

சரோஜா: அட நீ போய் பேசிக்கிட்டு இரும்மா... நா இந்தா ரெடி பண்ணிடுவேன். படிச்ச புள்ள இங்க என்னத்த செய்யப்போற? போம்மா... போ.

காட்சி 13

மாணிக்கம் வீட்டு மரத்தடி.

இரவு.

இரவு அனைவரும் மரத்தடியில் அமர்ந்து சாப்பிடுகிறார்கள். மாணிக்கத்தின் மாணவர்கள் சிறிய இசை நாடகம் நடத்துகிறார்கள்.

அவர்களின் நடுவே ஹரிகேன் விளக்கு ஏற்றப்பட்டிருக்கிறது. மாணிக்கம் பள்ளி ஆசிரியர் என்பதும் அவர் மாணவர்களை நல் வழி நடத்துபவர் என்பதும் தெரிகிறது.

நிகழ்ச்சி முடிந்ததும் இயல்பாகப் பேசத் தொடங்குகிறார்கள்.

பாலு: இந்தி எதிர்ப்புப் போராட்டம் பத்தி நீங்க என்ன நினைக்கிறீங்க சார்?

மாணிக்கம்: இந்தி எதிர்ப்புப் போராட்டம்னு சொல்றது தப்பு. எந்த மொழியையும் யாரும் எதிர்க்கல. இந்தித் திணிப்பு எதிர்ப்புப் போராட்டம்...

பாலு: சரி சார்... அது கொஞ்சம் நீட்டா இருக்கேன்னு ஷார்ட் பண்ணிட்டேன். ஓ.கே சார் இந்தி எதிர்ப்புப் போராட்டம் பத்தி என்ன நினைக்கிறீங்க?

மாணிக்கம்: பசங்க தங்கள் உரிமைக்காக எதிர்ப்பு தெரிவிக்கிறாங்க.

மீனாட்சி: பசங்களுக்கு என்ன தெரியும்? இதெல்லாம் கில்லி விளையாடுற மாதிரி விளையாட்டுத்தனமா இருக்கு அவங்களுக்கு.

பாலு ரியாக்‌ஷன்.

மீனாட்சி: இந்தியா ஒன் நேஷன். இந்தி கத்துக்கிட்டா எல்லாரும் ஒரே லேங்க்வேஜ்ல பேசலாம். சாஸ்திரி அதான் சொல்றார். ஒவ்வொரு ஊருக்கு ஒவ்வொரு லேங்க்வேஜ் இருந்தா நல்லாவா இருக்கும்?

பாலு: கதிரவன் வீட்டில் இருந்து இப்படியொரு கேள்வியா?

மாணிக்கம்: கதிரவன் வீடா?

பாலு: ஆமா சார்... கதிரவன் வொய்ஃப்.

மாணிக்கம்: கிரேட்... நீ இப்படி கேக்க்றேன்னா... எதோ காரணம் இருக்கும்.

மீனாட்சி: சார்... போராட்டம்... போராட்டம்னு மாசத்தில பாதி நாள் வீட்ல இருக்கிறது இல்ல... அதுதான் காரணம்.

மாணிக்கம்: நீயும் அவன் கூடவே கிளம்பியிருந்தா இந்தப பிரச்னையே வந்திருக்காது. பெரியார் கூட மணியம்மை இப்ப பிரசாரம் போறாமாதிரி இருந்திருக்கும்.

மீனாட்சி: நல்ல யோசனை. ட்ரை பண்றேன் சார்.

மாணிக்கம்: என்ன கேட்ட? இந்தியா முழுக்க ஒரே லாங்குவேஜ்... இல்ல? அப்படீன்னா இந்தியா முழுக்க இங்கிலீஷ் இல்ல வரணும்? வேர்ல்டு முழுக்க ஒரே லேங்க்வேஜ் பேசலாமே?

மீனாட்சி: ஏன் வேர்ல்ட் லெவலுக்கு போறீங்க? நார்த் இன்டியாவில எங்க போனாலும் இந்தியில பேசினா புரியுது. அப்படி சவுத் இந்தியாவுல தமிழ் பேசினா புரியுமா? ஒரு இடத்துல மலையாளம், ஒரு இடத்துல தெலுங்கு, ஒரு இடத்துல கன்னடம்... அப்புறம் என்ன சவுத் இன்டியா?

மாணிக்கம்: நார்த் இண்டியாவும் அப்படித்தான். ஒரிசா, பீகாரி, மராட்டி, பெங்காளி, பஞ்சாபி, குஜராத்தி, ராஜஸ்தானி, அசாமி, மணிப்பூரி... எல்லாமே தனித்தனி லேங்க்வேஜ். நாம நார்த்னாவே இந்தின்னு நினைக்கறது தப்பு.

பாலு: பின்னிட்டீங்க சார்.

ஒரு இளைஞன்: சார் இந்தி பாட்டு கேட்டா தப்பா சார்?

மாணிக்கம்: கிஷோர் குமாரையும் லதா மங்கேஷ்கரையும் நௌஷாத்தையும் விட்டுட முடியுமா? தினமும் நாலு பாட்டாவது கேட்டாதான் எனக்குத் தூக்கம் வரும்.

இன்னொரு இளைஞன்: இந்திப் பாட்டை விரும்பினா அப்புறம் எதிர்த்துப் போராட வரமாட்டானுங்க சார்.

மாணிக்கம்: ஒரு மொழிய எக்ஸ்ட்ராவா தெரிஞ்சுக்கிட்டா ஒரு ஆள் பலம்.

இன்னொரு இளைஞன்: என்னதான் சொல்லவர்றீங்க சார்?

மாணிக்கம்: எனக்குத் தேவைன்னா நான் பத்து லேங்குவேஜ்கூட படிப்பேன். தேவையில்லாம என் மேல திணிச்சா...

அப்போது ஒரு அலறல் சத்தம் கேட்கிறது.

காட்சி 14

மாணிக்கம் வீட்டு முற்றம்.

இரவு.

ஒரு பெண்ணின் உரத்த அலறல் இருக்கிறது. எல்லோரும் எழுந்து என்ன நடக்கிறது என்று பார்க்கிறார்கள். கிராமத்துக்குள் ஒரு போலீஸ் படை வந்து எல்லா வீடுகளையும் சுற்றி வளைத்து மக்களை வெளியே இழுத்து அடிக்கிறார்கள்.

மாணிக்கம்: நீங்க எல்லாரும் பின்பக்கமா ஓடிடுங்க. மூணு கிலோ மீட்டர் போனீங்கன்னா மெயின் ரோடு வந்துடும். சீக்கிரம்... சீக்கிரம் தப்பிச்சு போங்க.

சரோஜா: நீங்களும் போயிடுங்க... உங்களையும் சும்மா விடமாட்டாங்க.

மாணிக்கம்: உன்ன விட்டுட்டு போக மாட்டேன் சரோம்மா.

பாலு: அண்ணா... வாங்க... லேடீஸை ஒண்ணும் பண்ண மாட்டாங்க.

பாலு அவர் கையைப் பிடித்து இழுத்துச் செல்கிறான். மாணிக்கமும், இளைஞர்களும் காட்டுக்குள் ஓடுகிறார்கள். ஓரிடத்தில் மீனாட்சி தங்களுடன் வரவில்லை என்பதைக் கவனிக்கிறார்கள். அதிர்ச்சியும் பின்னால் பார்க்கிறார்கள்.

காட்சி 15

மாணிக்கம் வீடு.

இரவு.

இரண்டு கான்ஸ்டபிள்கள் வீட்டிற்குள் நுழைகிறார்கள். பின் தொடர்ந்து குப்தா வருகிறான். மீனாட்சி வெளியேறுவதற்குள்

அவளை மறித்துக்கொண்டு நிற்கிறான்.

இன்ஸ்பெக்டர்: எங்கம்மா உங்க வீட்டுக்காரர்? இங்க டெர்ரிஸ்ட் வந்தாங்களாமே?

சரோஜா: டெர்ரிஸ்ட் யாரும் இல்லீங்களே... அவங்கல்லாம் ஸ்டூடன்ட்ஸ்.

இன்ஸ்பெக்டர்: இப்ப ரெண்டும் ஒண்ணுதான்.

அப்போது அங்கே தீ பரவட்டும் புத்தகத்தைப் பார்க்கிறார் இன்ஸ்பெக்டர்.

அதைக் கையில் எடுத்துப் பார்க்கிறார்.

இன்ஸ்பெக்டர்: இது தடைசெஞ்ச புக்காச்சே?

சரோஜா: தடை நீக்கிட்டாங்க.

இன்ஸ்பெக்டர்: தடை நீக்கறதுக்கு முந்தியே வாங்கி வெச்சிருந்த புக்கு போல இருக்கே... எங்க மாணிக்கம்? பாம் செய்ய போயிருக்காரா?

மீனாட்சியை இன்னொரு அறைக்குள் அழைத்து தகாத முறையில் நடக்கிறான் குப்தா.

மீனாட்சி கதறும் சத்தம் கேட்டு அந்தக் கதவைத் திறந்துகொண்டு செல்கிறாள் சரோஜா. குப்தா சுதாரிப்பதற்குள் மீனாட்சி தப்பி ஓடுகிறாள். சரோஜா கதவைத் திறக்கவிடாமல் மூடுகிறாள். குப்தா அவள் மீது கோபமாகப் பாய்கிறான். சரோஜாவின் ஆடைகளை உருவி ஆசிங்கப் படுத்துகிறான். மீனாட்சி தப்பித்து காட்டுக்குள் ஓடுகிறாள்.

காட்சி 16
இரவு
வயல்வெளி.

மீனாட்சியைத் தேடி பாலுவும் மாணிக்கமும் ஓடி வருகிறார்கள். எதிரே மீனாட்சி ஓடிவருகிறாள். அவள் முகம் திகிலடைந்து கிடக்கிறது. மீனாட்சியின் ஜாக்கெட் கிழிந்து கிடக்கிறது.

பாலு: என்ன ஆச்சு மீனா?

மீனாட்சி தேம்பித் தேம்பி அழுகிறாள்...

மீனாட்சி: லேடீஸை ஒண்ணும் பண்ண மாட்டாங்கன்னு சொன்னியே... பாவம் அண்ணி... என்னைக் காப்பாத்திட்டு அவங்க மாட்டிக்கிட்டாங்க.

மாணிக்கம் திகைத்து ஓடுகிறார்... பாலு அச்சத்தில் வெளுத்து அங்கிருந்து பார்க்கிறான்.

மீனாட்சி, பாலு இருவரும் எரியும் கிராமத்தைப் பார்க்கிறார்கள். மற்ற மூவரும் பயத்தில் உறைந்து நிற்கிறார்கள். பெண்கள் வீட்டுக்கு வெளியே இழுத்து வரப்படுகிறார்கள். விசாரணை என்ற பெயரில் சித்திரவதை செய்யப்படுகிறார்கள். கலெக்டரும் அதைப் பார்த்துக்கொண்டு நிற்கிறார். குப்தா ஜீப்பில் அமர்ந்து சிகரெட் பிடிக்கிறான். மாணிக்கம் தன் வீட்டை அடைந்து அலறுவது கேட்கிறது.

மாணிக்கம்: அய்யோ சரோம்மா...

காட்சி 17
காடு
இரவு.

காட்டில் ஒளிந்திருந்தபடி இதைப் பார்த்து ஐந்து பேரும் அதிர்ச்சியடைகிறார்கள். சிறிது தூரம் நடக்கிறார்கள். சில நிமிடங்களுக்குப் பிறகு அவர்கள் துப்பாக்கியின் வெடிச் சத்தத்தையும் மாணிக்கத்தின் உரத்த அலறலையும் கேட்கிறார்கள். இது பாலு, மீனாட்சி ஆகியோரை அதிர்ச்சியடையச் செய்கிறது.

காட்சி 18
பேருந்து நிறுத்தம்
பகல்

திரையில் பிப்ரவரி 11 என்ற எழுத்து டைப் ஆவது.

மறுநாள் காலையில் ஐந்து பேரும் துவண்டபடி நடந்து செல்கிறார்கள். மீனாட்சி முந்தானையால் போர்த்தியபடி நடந்து வருகிறாள். முதல் நாள் தேக்கடிக்குத் திரும்பிச் சென்ற வேன் வருகிறது. அவர்களைக் கடந்து சென்று பிறகு பின்னால் வருகிறது. ஃபாரினர் அழைக்கிறார்.

ஃபாரினர்: Madurai?...

பாலு தலையாட்டுகிறான்.

ஃபாரினர்: Come... come.

பாலுவும் மீனாட்சியும் வேன் நோக்கிச் செல்கிறார்கள். மற்ற மூன்று இளைஞர்களும் தயங்கி நிற்கிறார்கள்.

பாலு: வாங்கடா.

மூவரில் ஒருவன்: நாங்க மதுரைக்கு வரலடா.

அவர்கள் பயந்திருப்பது தெரிகிறது.

பாலு: பஸ் எதுவும் இப்ப வராதுடா... என்கூட வாடா சேஃபா கொண்டு போய் விட்டுடுறேன்.

இன்னொருவன்: உங்க கூட இருந்தாதான் ரிஸ்க்... நீங்க கிளம்புங்க... நாங்க போய்க்கிறோம்.

பாலு சோகத்துடன் பார்க்கிறான். பாலுவும் மீனாவும் வேனில் ஏறிக்கொள்ள, வேன் மதுரை நோக்கி விரைகிறது.

காட்சி 19
வேன் பயணம்
பகல்

பாலு அதிர்ச்சியிலிருந்து மீளாமல் இருக்கிறான்.

ஃபாரினர்: I understand the situation you faced..

மீனாட்சி அவரை நிமிர்ந்து பார்க்கிறாள்.

ஃபாரினர்: Nobody can insist anything to other.

பாலு பார்க்கிறான்.

ஃபாரினர்: *Like religion, language or even force to drink water.*

மீனாட்சி: *They think its for unity of India.*

ஃபாரினர்: *Unity is different from uniformity.*

வேன் விரைந்துகொண்டிருக்கிறது. அனைவரும் மௌனமாக இருக்கிறார்கள்.

காட்சி 20

பகல்

மதுரை லேடி டோக் கல்லூரி வாசல்.

மீனாட்சியும் பாலுவும் லேடி டோக் கல்லூரி வாசலில் வேனில் இருந்து இறங்குகிறார்கள். அங்கே கல்லூரி மாணவியர் இந்தியை எதிர்த்து உண்ணாவிரதம் இருக்கிறார்கள்.

மீனாட்சி வேன் பக்கம் திரும்பி, "தாங்க் யூ சார்" என்கிறாள்.

எதுவும் சொல்லாமல் இறங்கிப் போய்க் கொண்டிருந்த பாலுவும் நினைவு வந்தவனாக "தாங்க்யூ சார்" என்கிறான். வேன் கிளம்புகிறது.

பாலுவும் மீனாட்சியும் கல்லூரி வாசலில் நிற்கிறார்கள்.

பாலு: கோயமுத்தூர் ட்ரெய்ன் சாயங்காலம்தான். அதுவரைக்கும் நீ இங்க இரு.

மீனாட்சி: இங்க என் ஃப்ரென்ட்ஸ் யாராச்சும் இருப்பாங்க. நான் பாத்துக்குறேன். நீ தியாகராஜா போய் அங்க கதிரவன பத்தி விசாரிச்சுட்டு வா.

பாலு: முதுகு பக்கம் கிழிஞ்சியிருக்கு.

மீனாட்சி அனிச்சையாக முந்தானையை எடுத்துப் போர்த்திக்கொள்கிறாள்.

மீனாட்சி: இங்க பக்கத்தில ஃப்ரென்ட் இருக்கா... நா வேற மாத்திக்கிறேன்.

பாலு: காலேஜ் குள்ளலாம் போலீஸ் வரமாட்டாங்க. நீ வேணா உள்ள போய் இரு.

மீனாட்சி: சட்டம்னு ஒண்ணு இல்ல பாலு. பாவம் சரோஜா அக்கா...

மீனாட்சி அழுகிறாள். பாலு தலைகுனிந்து நிற்பது. மீனாட்சி மாணவிகள் மத்தியில் போய் அமர்வது. ஒருத்தி எழுந்துவந்து மீனாட்சியிடம் பேசுவது. பாலு அதைப் பார்த்துவிட்டு, நம்பிக்கையுடன் நகர்வது.

காட்சி 21

மதுரை தியாகராஜா கல்லூரி.
பகல்.

பாலு, தியாகராஜா கல்லூரி வாசலுக்கு வருகிறான். அவனுடைய நண்பர்கள் அவனைப் பார்த்து உற்சாகமாகிறார்கள்.

நண்பர்கள்: டேய்... பாலு வந்திருக்கான்டா.

மற்ற நண்பர்கள்: வா... பாலு கதிரவன் வரலயா?

பாலு: அவன் கோயமுத்தூர்ல இருக்கான்.

நண்பர்கள்: ஆமா. சொன்னான்டா. நீ வரவே உன் கூட இருப்பான்னு நினைச்சுட்டேன்.

பாலு சகஜமாக நண்பர்கள் மத்தியில் போய் அமர்வது.

அனைவரும் இந்தி எதிர்ப்பு முழக்கமிடுகிறார்கள்.

பாலு: உடல் மண்ணுக்கு...

நண்பர்கள்: உயிர் தமிழுக்கு.

பாலு சத்தமாக: உடல் மண்ணுக்கு...

மாணவர்களும் சத்தமாக: உயிர் தமிழுக்கு...

பாலு மெதுவாக: உடல் மண்ணுக்கு...

மாணவர்களும் மெதுவாக: உயிர் தமிழுக்கு.

இப்படியே மாற்றி மாற்றி குரல் எழுப்புகிறார்கள். அப்போது போலீஸ் வேன் ஒன்று கல்லூரி வாசல் முன் வந்து நிற்கிறது. அதிலிருந்து மலபார் போலீஸ் வந்திறங்குகிறது. மாணவர்களை ரவுன்ட் அப் செய்து நிற்கிறார்கள். மாணவர்கள் இப்போது உரக்கக் கத்துகிறார்கள்.

பாலு: உடல் மண்ணுக்கு...

மற்றவர்கள்: உயிர் தமிழுக்கு!

காட்சி 22

மதுரை கோரி பாளையம் சாலை.

பகல்.

மீனாட்சியும் அவளுடைய தோழியும் சாலை ஓரத்தில் நடந்து வருகிறார்கள். மீனாட்சி வேறு ஜாக்கெட் அணிந்திருக்கிறாள்.

மீனாட்சி: கொஞ்சம் லூஸா இருக்கு.

தோழி: நாடே அப்பிடித்தான் இருக்கு.

மீனாட்சி புன்னகைக்கிறாள்.

மீனாட்சி: உண்ணாவிரதம்னு சொல்லிட்டு வீட்டுக்குப் போய் சாப்பிட்டுட்டு வர்றமே... ஜாக்கெட் ஏன் கிழிஞ்சதுன்னு அம்மா எதுவும் கேட்டாங்களா?

தோழி: நான் தான் மொதல்லயே காலேஜ்ல மரத்தில மாட்டிக்கிழிஞ்சுடுச்சுன்னு சொல்லிட்டனே?

மீனாட்சி: உண்ணாவிரதம் முடிஞ்சதும் பொழுதோட வீட்டுக்குப் போயிடுங்க.

தோழி: நாங்க பத்திரமா போய்டுவோம். நீ செஃபா போய்ட்டு வா. கதிரவன் வர்ற வரைக்கும் நீ எங்க வீட்லயே இருந்திருக்கலாம்.

மீனாட்சி: எவ்வளவு சீக்கிரம் அவரைப் போய் பார்க்கிறனோ அவ்வளவு நல்லது. இல்லாட்டி என்னவேணா பண்ணுவானுங்க.

அப்போது சாலையின் எதிர்ப்புறமாக ஜீப்பில் குப்தா செல்வதை மீனாட்சி பார்க்கிறாள். அவசரமாக முகத்தை மூடிக்கொள்கிறாள். குப்தா, லேடி டோக் கல்லூரி வாசலில் ஜீப்பை நிறுத்திவிட்டு நோட்டமிடுவது. மீனாட்சி, தோழியிடம்...

மீனாட்சி: அவந்தான்... என்னைத்தான் தேடி வந்திருக்கான். நான் தியாகராஜா போய் பாலுகூட போய்க்கிறேன். நீ போ.

தோழி யோசனையோடு பார்க்கிறாள். மீனாட்சி வேகமாக தியாகராஜா காலேஜ் நோக்கி நடக்கிறாள்.

காட்சி 23

தியாகராஜா கல்லூரி.

பகல்.

தியாகராஜா கல்லூரியில் மலபார் போலீஸார் லத்தி, கேடயங்களோடு நுழைகிறார்கள். கல்லூரி பிரின்ஸிபல் அதைத் தடுக்க வருகிறார்.. அவருடன் பேராசிரியர்கள் சிலரும் வருகிறார்கள். மலபார் போலீஸார் அவர்களைக் கடந்து செல்கிறார்கள்.

பிரின்ஸிபல்: போலீஸ்காரங்க காலேஜ்குள்ள நுழையறத நான் அனுமதிக்க மாட்டேன்.

போலீஸ் ஆபிஸர்: உங்க கிட்ட நாங்க அனுமதி கேக்கலையே?

பிரின்ஸிபல்: காலேஜ் என் கன்ட்ரோல்ல இருக்கு. நீங்க உங்க அதிகாரத்தையெல்லாம் இங்க காட்ட முடியாது.

எதிர்பாராத நேரத்தில் பிரின்ஸ்பல் கன்னத்தில் அறைகிறான் மலபார் போலீஸ்.

மலபார் போலீஸ்: போய் ஓரமா உக்கார்.

மாணவர்கள் மத்தியில் கொந்தளிப்பான மனநிலை ஏற்படுகிறது.

மாணவர்கள்: போலீஸ் அராஜகம் ஒழிக... போலீஸ் அராஜகம் ஒழிக!

போலீஸார் மாணவர்கள் மீது கண்மூடித்தனமாகத் தாக்குதல் நடத்துகிறார்கள். பாலு என்ன நடக்குமோ எனப் பதறுகிறான்.

கூட்டத்தில் இருந்து தப்பித்து உள்ளே ஓடுகிறான்.

காட்சி 24

தியாகராஜா கல்லூரி வாசல்.

பகல்.

மீனாட்சி வந்து கல்லூரி வாசலில் பார்க்கிறாள். மாணவர்களை போலீஸார் அடித்துக்கொண்டிருப்பதைப் பார்த்து அதிர்ச்சியாகிறாள். அங்கே பாலுவைக் காணோம் என்பதைக் கவனித்து மீனாட்சி சோகமாகிறாள்.

காட்சி 25

தியாகராஜா கல்லூரி பிரின்ஸிபல் அறை.

பகல்.

சிலர் பிரின்ஸிபலை அழைத்துக்கொண்டு பாதுகாப்பாக உள்ளே போய் அமர வைக்கிறார்கள். அந்தக் கூட்டத்தோடு பாலுவும் உள்ளே சென்றுவிடுகிறான். பேராசிரியர் ஒருவர் அவனைப் பார்த்து ஆச்சர்யப்படுகிறார்.

பேராசிரியர்: நீ ஏண்டா இங்க வந்தே?

பாலு: கதிரவனைத் தேடி அவன் வொய்ப் மீனாட்சி வந்திருக்கு. நானும் மீனாட்சியும்தான் மதுரை வந்தோம். எனக்காக லேடிடோக்ல காத்திருக்கு.

பேராசிரியர்: அப்பிடியா... நீ எப்படியாவது வெளிய போயிடு. போலீஸ்காரனுங்க ஏதோ முடிவோடதான் வந்திருக்காங்க.

பாலு சோகமாக பிரின்சிபலைப் பார்க்கிறான்.

காலேஜ் அட்டெண்டர்: அக்கிரம் பண்றாணுங்களே... போலீஸுக்கு போன் போடுங்க சார்.

பேராசிரியர்: அக்கிரம்ம் பண்ணதே அவங்க தான்டா.

பிரின்ஸிபல்: யாரும் இங்க இருக்க வேண்டாம். எல்லாரும் வீட்டுக்குக் கிளம்புங்க.

பாலுவுக்கு சைகை காட்டும் பேராசிரியர்.

பேராசிரியர் : நீயும் என் கூடவே வந்துடு.

காட்சி 26
தியாகராஜா கல்லூரி வாசல்.
பகல்.

தன் ஜிப்பாவை பாலுவுக்கு மாட்டி, தன் புட்டி கண்ணாடியையும் அவனுக்கு மாட்டிவிடுகிறார் பேராசிரியர். அவன் அடையாளம் மாறியிருப்பது தெரிகிறது. கல்லூரி பேராசிரியர் அனைவரும் கேட் வழியாக வெளியேறுகிறார்கள். ஒரு போலீஸ் அதிகாரி வெளியேறுகிற அனைவரையும் உன்னிப்பாகப் பார்க்கிறான். பாலு கடந்து போவது ஸ்லோ மோஷனில் காட்டப்படுவது. திடீரென அந்த போலீஸ்காரன் பாலுவை சந்தேகப்பட்டு அழைப்பது.

காட்சி 27
மதுரை ரயில் நிலையம்.
பகல்.

மீனாட்சி மதுரை ரயில் நிலையத்துக்குள் ஓடுவது. அங்கே கூட்டம் அதிகமாக இருப்பது. ரயில் பெட்டி வாசலில் தவிப்புடன் காத்திருப்பது. கோவை செல்லும் ரயில் இன்னும் ஐந்து நிமிடங்களில் புறப்படும் என்ற கடைசி அறிவிப்பு.

காட்சி 28
தியாகராஜா கல்லூரி வாசல்.
பகல்.

பாலுவைச் சந்தேகமாக நோக்கி,

போலீஸ் அதிகாரி: நீங்க யாரு?

பேராசிரியர்: எங்க ஸ்டாஃப்... நீங்களாச்சு... ஸ்டூடன்ட் ஆச்சு... நாங்க கிளம்பறோம். நீங்க வாங்க சார்.

தமிழ்மகன் | 31

பாலுவை இழுத்துக்கொண்டு செல்கிறார் பேராசிரியர்.

காட்சி 29
ரயில் நிலையம்
மாலை

பாலு ரயில் நிலையத்துக்குள் ஓடி வருவது. ரயில் கிளம்புவது. பெட்டியில் இருந்து வெளியே தலையை நீட்டி, பாலுவைத் தேடுவது. பாலு ஓடி வந்து பெட்டியில் ஏறுவது. கூட்ட நெரிசலில் ஆளுக்கொரு மூலையில் இருந்து கொண்டு சைகையாலேயே அப்பாடா என பூரிப்பது.

காட்சி 30
பொள்ளாச்சி ரயில் நிலையம்.
பகல்.

ரயில் நிற்கிறது. மாணவர்கள் ரயில் மறியல் செய்கிறார்கள். மாணவர்கள் ரயிலில் உள்ள இந்தி எழுத்துக்களைத் தார் பூசி அழிக்கிறார்கள். ஒருவன் ரயில் இன்ஜின் மேல் ஏறி கறுப்புக் கொடி கட்டுகிறான். ரயில் நிலையம் பரபரப்பாகிறது. ஒரு கூட்ஸ் பெட்டி கொளுத்தப்பட்டு எரிகிறது. எல்லோரும் இங்கும் அங்கும் ஓடுகிறார்கள். எதிர் ஃப்ளாட் பார்மில் இருந்து சரவணன் ஓடி வருகிறான்.

மீனாட்சி: சரவணா...

சரவணன்: *(ஆச்சர்யமாகப் பார்த்தபடி)* மீனாட்சி நீ எப்படி இங்க?

மீனாட்சி: நானும் பாலுவும் கதிரவனை பார்க்க கோயமுத்தூர் போறோம்.

சரவணன்: இது நல்லாருக்கே... நானும் கதிரவனும் உங்களப் பாக்க மதுரைக்குக் கிளம்பினோம். அதுதான் நாங்க வந்த ட்ரெய்ன்.

மீனாட்சி: கதிரவன் எங்கே?

சரவணன்: இப்பத்தான் இங்க வந்த காலேஜ் பசங்க அவனை ஊருக்குள்ள கூட்டிக்கிட்டு போனாங்க. இங்கதான் பக்கத்தில

போஸ்ட் ஆபீஸ்ல இந்தி எழுத்து அழிக்கப் போறாங்க.

பாலு: சரி வா... அங்க போவோம்.

சரவணன்: எதாவது டிபன் வாங்கிட்டு வர்றேன்... நீங்க போய்க்கிட்டே இருங்க.

மூவரும் ஸ்டேஷனை விட்டு வெளியே வர, அங்கே குப்தா ரயில் நிலையத்தில் இருந்து வெளியே வருவதைப் பார்க்கிறார்கள். குப்தாவுக்கு ஜீப் காத்திருக்கிறது. அதில் ஏறிச் செல்கிறான். அவனை மீனாட்சி அச்சத்தோடு பார்க்கிறாள். சரவணன் ஹோட்டல் நோக்கிச் செல்கிறான்.

காட்சி 31

பொள்ளாச்சி பள்ளிக்கூடம்

பகல்.

செங்கல் வைத்து அடுப்பு போல உருவாக்கி விறகு போட்டு எரிய வைக்கும் மாணவர்கள். ஒரு இரும்பு பக்கெட்டில் தார் குழம்பாகக் கொதிக்கிறது. பள்ளிக்கூடத்தில் மறைவாகத் தார் காய்ச்சும் மாணவர்கள். காய்ச்சிய தாரை போஸ்ட் ஆபீஸ் நோக்கி பக்கெட்டில் எடுத்துச் செல்லும் மாணவர்கள். ஆறு பேர் இருக்கிறார்கள்.

ஒரு மாணவன்: டேய் பாத்து... மேல படப்போவுது.

இன்னொரு மாணவன்: நம்ம ஏரியாவுல ஒரு இந்தி எழுத்துகூட இல்லாம அழிக்கணும்டா.

ஒரு மாணவன்: ஏரியா பிரிச்சுக்குவோம்.

இன்னொரு மாணவன்: நான் போஸ்ட் ஆபீஸ்.

இன்னொரு மாணவன்: நான் ரயில்வே ஸ்டேஷன்.

இன்னொரு மாணவன்: புடிச்சாலும் புளியங்கொம்பா புடிப்பியே...

காட்சி 32

தமிழ்மகன் | 33

பொள்ளாச்சி போஸ்ட் ஆபீஸ்.

பகல்.

போஸ்ட் ஆபீஸ், தொலைபேசியகம், வட்டாட்சியர் அலுவலகம் அனைத்தும் ஓரிடத்தில் அமைந்திருக்கிறது. ஓடு வேய்ந்த போஸ்ட் ஆபீஸ். மாணவர்கள் இந்தி எழுத்தைத் தார் பூசி அழிக்க தயாராக நிற்கிறார்கள். போலீஸ் பட்டாளம் ஒரு பக்கம் நிற்கிறது. மீனாட்சியும் பாலுவும் கூட்டத்தில் கதிரவனைத் தேடுகிறார்கள். அப்போது ஒரு மாணவன் வேகமாக தபால் ஆபீஸ் போர்டு உள்ள சுவரில் ஏறுகிறான். போலீஸ் பார்த்துக்கொண்டிருக்கிறது. தார் டின்னை எடுத்து போர்டை அழிக்கப் போகும் நேரத்தில் போலீஸ் அலெர்ட் ஆகிறது. போலீஸ் இருக்கும் பக்கத்தில் ஜீப் பக்கத்தில் ஒருவன் திரும்பி நிற்பது காட்டப்படுகிறது.

போலீஸ்: டேய் கீழ இறங்குடா... இல்லன்னா சுட்டுடுவோம்.

கூட்டத்தில் பதற்றம் ஏற்படுகிறது. சலசலப்பாக இருக்கிறது. கூட்டத்திலிருந்து ஒரு குரல்.

குரல்: நாங்கள் இந்தி மொழியை எதிர்க்கவில்லை. இந்தி மொழித் திணிப்பைத்தான் எதிர்க்கிறோம்.

போர்டு அழிக்க மேலே நிற்கும் மாணவன் கூட்டத்தில் குரல் வந்த திசையைப் பார்க்கிறான்.

மாணவன்: கதிரவன் அண்ணா... நீ இங்கதான் இருக்கியா?

ஜீப் அருகே திரும்பி நின்றுகொண்டிருந்தவன் கேமிரா பக்கம் திரும்ப, அது குப்தா எனத் தெரிவது. மாணவன் பார்க்கும் திசையை குப்தா நோக்குவது. இன்னொரு மூலையில் மீனாட்சியும் அந்த மாணவன் இருக்கும் திசையை நோக்குவது. அப்போது மேலே நின்றிருக்கும் மாணவன் போலீஸைப் பார்த்துக் குரல் கொடுப்பது.

மாணவன்: எங்க அண்ணா இருக்காரு... சுடப் போறியா சுடு.

சட்டை பட்டனைக் கழற்றிக் காட்டுகிறான். போலீஸ் அவனைச் சுடுகிறது. அந்த மாணவன் பொத்தெனக் கீழே விழுவது. மாணவர்கள் சிதறி ஓடுவது. இன்னும் ஒரு மாணவனைக் காலில் சுடுவது. மாணவர்கள் போலீஸ் மீது கல்லெறிவது. அந்த இடமே போர்க்களம் போல மாறுவது. எங்கும் கற்கள் பறக்கின்றன. உருட்டுக் கட்டைகள் பறக்கின்றன. இந்தக் கலவரத்தில் குப்தா கதிரவனைத்

தேடுவது. மீனாட்சி கதிரவனைத் தேடுவது. அங்கே கதிரவனைக் காணவில்லை. குப்தா, மீனாட்சியைப் பார்ப்பதற்குள் பாலு அவளை அங்கே ஒரு முடித்திருத்தகத்தில் மறைத்து வைக்கிறான் கந்தசாமி முடித்திருத்தகம். அது ஒவ்வொரு பலகையாக வைத்து மூடும் கதவு அமைப்பைக் கொண்டது. பாலுவும் மீனாட்சியும் அதிலே சென்று மறைந்துகொள்கிறார்கள். குப்தா இங்கும் அங்கும் ஓடிப் போய் பார்த்து கதிரவனும் மீனாட்சியும் மிஸ் ஆகிவிட்டதை அறிந்து பூட்ஸ் காலில் தரையில் ஓங்கி உதைக்கிறான். ஒரு போலீஸ் ஜீப்பில் குண்டடிப் பட்ட மாணவர்களை ஏற்றிக்கொண்டு செல்கிறார்கள்.

போலீஸ் நடமாட்டம் அதிகமாக இருக்கிறது. போலீஸ் ஜீப் வேகமாகக் கடந்து போகிறது. மக்கள் ஆவேசத்தில் சாலையில் கடையின் கூரைகளை இழுத்துப்போட்டுக் கொளுத்துகிறார்கள்.

காட்சி 33

போஸ்ட் ஆபீஸ் சாலை.

பகல்.

மீனாட்சியும் பாலுவும் முடித்திருத்தகத்தில் மறைந்திருக்கிறார்கள். அப்போது செவர்லெட் கார் ஒன்று முடித்திருத்தகம் அருகே வந்து நிற்கிறது. அதிலிருந்து கண்ணப்பன் இறங்கி அந்த முடித்திருத்தகத்துக்கு வருகிறார். நகரமே அலங்கோலமாக இருப்பதைப் பார்க்கிறார். அவர் உள்ளே வந்ததும் பாலு வெளியே வந்து பார்க்கிறான்.

எரியும் கட்டிடங்கள், கார்கள். சாலை வெறிச்சோடி கிடக்கிறது. சாலையெங்கும் செருப்புகளும் கற்களும் சிதறிக்கிடக்கின்றன. பாலு, மீனாட்சியிடம் சொல்கிறான்.

பாலு: இப்ப போகலாம். மொதல்ல கதரவனைக் கண்டுபிடிக்கணும்.

கண்ணப்பன்: ஏம்மா இப்ப தேடறது சரியா இருக்காது. இன்னும் கொஞ்ச நேரத்தில் ராணுவம் வரப் போகுது. வேகமா வீடு போய் சேருங்க.

மீனாட்சி: எனக்கு அவர்தான் அய்யா வீடு. அவரத் தேடித்தான் விருதுநகர்ல இருந்து வந்தோம். அவர் இங்கதான் எங்கயோ இருக்காரு. கண்டுபிடிச்சுடுவோம்யா.

கண்ணப்பன்: சரிம்மா... பாத்து.

பாலுவும் மீனாட்சியும் வெளியேறுகிறார்கள். கண்ணப்பன் கவலையோடு அவர்களைப் பார்க்கிறார்.

காட்சி 34

பொள்ளாச்சி பஸ் ஸ்டான்ட்

பகல்.

அவர்கள் பஸ் ஸ்டாண்ட் அடைகிறார்கள். சிறிது தூரத்தில் ராணுவ லாரிகள் வருவது தெரிகிறது. மீனாட்சி அச்சத்துடன் பாலுவைப் பார்க்கிறாள். ஏராளமான மாணவர்களும் பொது மக்களும் சாலைகளில் திரண்டு வந்து ராணுவ லாரிகளை வேடிக்கை பார்க்கிறார்கள். லாரிகளில் இருந்து கூர்க்கா ரெஜிமன்ட் வீரர்கள் இறங்குகிறார்கள். ஒரு பெண் கைக்குழந்தையோடு அவர்களை ஆச்சர்யமாகப் பார்க்கிறாள்.

அந்தப் பெண்: சீனாக்காரன் நம்ம நாட்டைப் புடிச்சுட்டான் போலருக்கு. அதான் சீனாக்காரனுங்க வந்திருக்கானுங்க.

இன்னொரு பெண்: இது சீனாக்காரன் இல்லக்கா. நம்ம நாட்டுக்காரந்தான். கூர்க்கா காரன்.

முதல் பெண்: நம்ம நாட்டுக்காரனே நம்ம மேல போர்த் தொடுப்பானா... இது புதுக்கதையா இருக்கே?

ராணுவ வீரர்கள் (இந்தியில்): எல்லோரும் கலைந்து போங்க... சுட்டுவிடுவோம்.

மக்கள் புரியாமல் பார்த்துக்கொண்டே நிற்கிறார்கள். உள்ளூர் போலீஸ்கார்ர்கள் எச்சரிக்கை செய்கிறார்கள்.

போலீஸ்காரர்கள்: எல்லாரும் வீட்டுக்குள்ள போயிடுங்க. இல்லைனா சுட்டுடுவாங்க.

அதே நேரத்தில் ராணுவ வீர்ர்கள் வானை நோக்கிச் சுட்டு எச்சரிக்கை செய்கிறார்கள். குழந்தையோடு இருக்கும் பெண்மணி சில பெண்குழந்தைகளை இழுத்துக்கொண்டு ஓடுகிறாள்.

அந்தப் பெண்: சுட்டுடாதீங்க... சுட்டுடாதீங்க... குழந்தைங்க

இருக்கு.

அந்தப் பெண்ணின் அலறலை பாலுவும் மீனாட்சியும் அச்சத்தோடு பார்க்கிறார்கள். அவர்கள் எதிர்பார்த்த அச்சம் அங்கே அரங்கேறுகிறது. ராணுவம் அந்தக் குழந்தைகளைச் சுட்டுத் தள்ளுகிறது. பாலுவின் காலடியில் ஒரு பெண் குழந்தையின் சடலம் ரத்தச் சகதியோடு வந்து விழுகிறது. பாலு அந்தக் குழந்தையை நெஞ்சோடு வாரியணைத்து உயிர் இருக்கிறதா எனப் பார்க்கிறான். தலை தொங்கி, மூச்சற்று கிடக்கிறது. பாலு திகைத்துப் போய் அசைவற்று கிடக்கிறான். மீனாட்சி அவனை உலுக்குகிறாள். அவன் பேயறைந்தது போல இருக்கிறான். சாலையில் முட்டி போட்டு அமர்ந்த நிலையில் அப்படியே இருக்கிறான்.

மீனாட்சி: பாலு... பாலு... எழுந்துவா... உன்னையும் சுட்டுடுவாங்க... சீக்கிரம் எழுந்திரு பாலு.

பாலு அதிர்ச்சியும் வியப்புமாக மீனாட்சியைத் திரும்பிப் பார்க்கிறான்.

பாலு: சட்டம்னு ஒண்ணு இருக்கு மீனா.

மீனாட்சி: பொம்பளைங்க மேல கை வைக்க மாட்டாங்கன்னு சொன்னே... சரோஜா அக்காவ என்ன பண்ணாங்கன்னு பாத்தோம்... காலேஜுக்குள்ள வர மாட்டாங்கன்னு சொன்ன... உள்ள புகுந்து மண்டைய உடைச்சாங்க. காலையில பள்ளிக்கூட பையனைச் சுட்டாங்க... இப்ப சின்ன பொண்ணையும் சுட்டு கிடாசிட்டாங்க... சட்டம்னு ஒண்ணு இருக்கு பாலு... சட்டப்படிதான் எல்லாத்தையும் செஞ்சிருக்காங்க.

பாலு: சட்டம்னு ஒண்ணு இருக்கு...

பாலு பித்து பிடித்தவன் போல சொல்கிறான்.

பாலு: சட்டம்னு ஒண்ணு இருக்கு...

பாலு மீனாட்சியைக் கடந்து எதிரே வரும் மிலிட்டரி லாரியை நோக்கிச் செல்கிறான். தார் கரைப்பதற்காக வைத்திருந்த மண்ணெண்ணெயை எடுத்து தலையில் ஊற்றிக்கொள்கிறான். அவனைத் தடுப்பதற்காக எத்தனிக்கிறாள் மீனாட்சி. இன்னொரு பக்கத்திலிருந்து குப்தா வருவதைக் கவனித்து மீனாட்சி சற்றே மறைந்துகொள்கிறாள்.

பாலு: ஜனகண மன அதி நாயக ஜெயஹே...

என உரக்கப்பாடியபடி அங்கே எரிந்துகொண்டிருக்கும் ஓர் ஓலைக் கூரையை எடுத்து தீவைத்துக்கொள்கிறான். நடு சாலையில் முழங்காலிட்டு அமர்ந்தபடி அவன் தேசியகீதம் பாடுவது கேட்கிறது. தீ கொழுந்துவிட்டு எரிகிறது.

மீனாட்சி தன்னை மீறி அலறியபடி பாலுவை நோக்கி ஓடுகிறாள்.

மீனாட்சி: பாலூ...

அப்போது ஒரு முரட்டுக்கரம் மீனாட்சியின் தலைமுடியைக் கொத்தாகப் பிடித்து இழுக்கிறது. அது குப்தாவின் கரம்.

குப்தா: ஆவோ பேட்டி...

மீனாட்சியை இழுத்துக்கொண்டு செல்கிறான். மீனாட்சி கதறுகிறாள்.

காட்சி 35
ஜனாதிபதி இல்லம்
பகல்

ஜனாதிபதி இல்லம். பிரதமர் சாஸ்திரியும் ஜனாதிபதி டாக்டர் ராதாகிருஷ்ணன் பேசிக்கொண்டிருப்பது.

ராதாகிருஷ்ணன்: உங்களுக்கு இந்தி வேண்டுமா, இந்தியா வேண்டுமா? முதலில் அதை முடிவு செய்யுங்கள்.

காட்சி 36
மாணவர்கள் தார் காய்ச்சி எடுத்துச் சென்ற அதே பள்ளி
பகல்.

மீனாட்சியை குப்தா இழுத்துவந்து அந்தப் பள்ளிக்கூடத்தின் ஒரு வகுப்பறையில் தள்ளுகிறான். அவளிடம் இந்தியில் பேசியவாரே நெருங்கி வருகிறான். அவள் பின்பக்கமாகவே அஞ்சியபடி செல்கிறாள். காலில் அடுப்பில் வைக்கப்பட்ட விறகு தட்டுப்பட்டு கீழே சாய்கிறாள்.

குப்தா சிரிக்கிறான்.

அவள் அடுப்பில் இருக்கும் தாரைப் பார்க்கிறாள். பக்கத்தில் ஒரு மக்கில் சூடாக தார் இருக்கிறது. அந்த மக்கின் கைப்பிடியைப் பிடித்து தூக்குகிறாள். குப்தா ஏதோ பேசிக்கொண்டே குனிந்து அவள் அருகில் அமர்கிறான். சற்றும் எதிர்பாராத நேரத்தில் மீனாட்சி அதை எடுத்து அவன் முகத்தில் ஊற்றுகிறாள்.

குப்தா: ஆ....

அவன் முகம் முழுதும் தாராக இருக்கிறது. கண் தெரியாமல் கத்துகிறான். மீனாட்சி சுதாரித்து எழுந்து கொதித்துக்கொண்டிருக்கும் தார் டப்பாவை முழுதுமாக அவன் மீது ஊற்றுகிறாள். அவன் கத்தியபடி இங்கும் அங்கும் ஓடி தடுக்கி நெருப்பில் விழுகிறான்.

காட்சி 37

பள்ளிக்கூடம்

பகல்.

மீனாட்சி பள்ளி வகுப்பறையில் இருந்து வெளியே வருகிறாள். சாலை ஓரங்களில் இருக்கும் கூரைகளுக்குத் தீவைத்தபடி வந்த மாணவர்கள் பள்ளிக்கூரைக்கும் தீ வைக்க வந்திருப்பது தெரிகிறது.

மாணவர்கள்: அக்கா நீங்க இங்கியா இருந்தீங்க. நல்லவேளை தெரியாம கொளுத்திட்டிருப்போம். உள்ள வேற யார்னா இருக்காங்களா?

மீனாட்சி இல்லை என தலையசைக்கிறாள்.

மாணவர்கள் தாங்கள் கொண்டுவந்த கொள்ளிக் கட்டைகளைப் பள்ளிக்கூட கூரையின் மீது எறிகிறார்கள். கூரை தீப்பிடித்து எரிந்து சரிந்து விழுகிறது. மீனாட்சி அதைப் பார்த்தபடியே வெளியே செல்கிறாள்.

காட்சி 38

மதுக்கரை ராணுவ கேந்திரம்.
பகல்.

ராணுவ வீரர்கள் இறந்த உடல்களை ஒரு லாரியில் ஏற்றுகிறார்கள். இதைப் பார்த்த மீனாட்சி டிரக்கை நோக்கி ஓடுகிறாள். லாரி வேகமாக செல்கிறது.

காட்சி 39
சவக்குழி
பகல்.

சடலங்கள் ஒரு குழிக்குள் கொட்டப்படும் ஒரு ரகசிய இடத்திற்கு டிரக் வருகிறது. ஒரு குழியில் அத்தனை உடல்களும் கொட்டப்பட்டு மண்ணால் மூடப்படுகின்றன.

காட்சி 40
வானொலி பெட்டி.
பகல்.

பழங்கால மர்பி வானொலி ஒன்று க்ளோசப்பில் காட்டப்படுகிறது.

வானொலியில் செய்தி வாசிக்கப்படுகிறது: பாரதப் பிரதமர் லால் பகதூர் சாஸ்திரி இந்தி மொழியை ஏற்காத மாநிலங்களில் அம் மொழியைக் கட்டாயமாக்கமாட்டோம் என்று இன்று அறிவித்தார்.

டைட்டில் கிரிடிட்ஸ் கூடவே சில வீடியோக்கள் காட்டப்படுகின்றன.

வீடியோக்கள்:

முன்னாள் அமைச்சர் மு.கண்ணப்பன் பேட்டி.

காலில் குண்டடி பட்டவரின் பேட்டி.

End கார்ட்

மொழி இனமாகத் தன்னை முன்னிறுத்திப் போராடிக் கொண்டிருக்கிறது தமிழினம். மொழிக்கு துரோகம் செய்த கட்சியை அரை நூற்றாண்டுக்கும் மேலாக ஆட்சிக் கட்டிலில் ஏறவிடாமல் தமிழர்கள் தண்டித்துக்கொண்டிருப்பது வரலாறு.

திஸ்மா!

காட்சி 1

விஸ்வநாதன் வீடு

மாலை நேரம்

விஸ்வநாதன், அவருடைய மனைவி ஜானகி, மகள் ஐஸ்வர்யா, விஸ்வநாதனோடு பணியாற்றிய நண்பர்கள் இருவர்.

நண்பர் 1: விஸ்வநாதன்... ரிடையர்ட் ஆகிட்டோம்னு நினைக்காத... அப்பப்ப ஆபிஸ் பக்கம் வா... எங்களை எல்லாம் மறந்துடாதே.

விஸ்வநாதன்: மறக்க முடியுமா..? வர்றேன்.

நண்பர் 2: முக்கியமா ஈஸி சேர்ல உட்கார்ந்துடாதே. ஏம்மா... வீட்ல ஈஸி சேர் இருந்தா தூக்கிப் பரண்மேல போட்டுடுங்க.

ஐஸ்வர்யா: அதெல்லாம் இல்லை அங்கிள். இனிமேதான் வாங்கணும்.

நண்பர் 1: விஸ்வாவோடு பொண்ணாம்மா? என்ன பேரு?

ஐஸ்வர்யா: ஐஸ்வர்யா அங்கிள். பி.காம் படிக்கிறேன்.

நண்பர் 1: அப்ப உன்கிட்டத்தான் சொல்லணும். அப்பாவை வயசாகாமப் பார்த்துக்கணும்னா ஈஸி சேர் மட்டும் வாங்கவே வாங்கிடாதீங்க... அதுதான் ஒருத்தரை ஓல்டு மேன் ஆக்கிற கருவி.

ஐஸ்வர்யா: சரி அங்கிள். அம்மா உங்க எல்லாரையும் கொஞ்சம் வெயிட் பண்ணச் சொன்னாங்க.

நண்பர் 2: காபி.. கீபிலாம் வேணாம்மா.

ஜானகி: எல்லாரும் அஞ்சு நிமிஷம் இருங்க... டிபன் சாப்பிட்டுப் போகலாம்.

நண்பர் 2: ஐயோ டிபனா? இப்பத்தான் ஆபீஸ்ல ஃபேர்வல் பார்ட்டியில எல்லாரும் சாப்பிட்டு முடிச்சோம்.

விஸ்வநாதன்: உடனே ரெடி பண்ணிடுவாங்கப்பா... ஜானகி ரெடியாத்தான இருக்கு?

ஜானகி: எல்லாம் ரெடியாத்தான் இருக்கு. அவங்க சாப்பிடறதுக்காகத்தான் அஞ்சு நிமிஷம்னு சொன்னேன்.

நண்பர் 1: நாங்க ரெடியா இல்லையே... இன்னொரு நாள் வர்றோம்.

அப்ப செஞ்சுதாங்க.

நண்பர் 2: எங்களோட ஃப்ரெண்டுக்காக இந்த பீரோ பிரசன்ட் பண்ணியிருக்கோம். பழைய தேக்கு பீரோ. நாவாபுகள் காலத்து பீரோ. அரண்மனை பீரோ. வாங்கி மறுபடி ரிப்பேர் பண்ணி வார்னீஸ் செஞ்சு எடுத்துட்டு வந்தோம். கண்ணாடிய பார்த்தீங்களா... பெல்ஜியம் மிரர். இப்ப எங்கயும் இப்படி ஒரு தேக்கும் இல்லை... இப்படி ஒரு கண்ணாடியும் இல்லை.

ஐஸ்வர்யா: புதுசு மாதிரியே இருக்கு அங்கிள்.

நண்பர் 1: புதுசு வாங்கியிருந்தா இதுமாதிரி ரெண்டு வாங்கியிருக்கலாம். அவ்வளவு காஸ்ட்லி ஆகிடுச்சு.

ஜானகி: இவர் வெச்சுருக்கிற புக்ஸ்... தஸ்தாவேஜுகளை வெக்கறதுக்கு சரியா இருக்கும்.

நண்பர் 2: சரி. அப்ப நாங்க வர்றோம். நல்லா கலகலப்பா இரு. வர்றோம்மா.

ஜானகி: டிபன் சாப்பிடற மாதிரி வாங்க!

நண்பர் 2: நிச்சயமா.

ஐஸ்வர்யா: ஓ.கே. அங்கிள்.

விஸ்வநாதன்: சென்ட்ரல் இரிகேஷன் டிப்பார்ட்மெண்ட் ஃபைல் ஒண்ணு சந்தானம் கிட்ட கொடுத்தேன்... அதை மட்டும் கொஞ்சம் ஃபாலோ பண்ணச் சொல்லுங்க.

நண்பர் 1: டேய் நீ ரிட்டையர் ஆகிட்டே... இன்னும் ஆபிஸைப் போட்டுக் குழப்பிக்காதே...

ஜானகி: இவருக்கு ஆபீஸ்தான் உலகம்.

நண்பர் 2: இனிமேலாவது வீட்டை கவனி. வர்றேன்டா.

விஸ்வநாதன்: போயிட்டு வாங்க! ரொம்ப தேங்கஸ்.

நண்பர்கள்: தேங்க்ஸ் டா!

(காட்சி நிறைவு)

காட்சி 2

விஸ்வநாதனின் அறை/ இரவு

விஸ்வநாதன், அவருடைய மனைவி ஜானகி

விஸ்வநாதன் மனைவி: *என்னங்க... வந்ததிலிருந்து அந்த பீரோ கண்ணாடியையே பார்த்துக்கிட்டு இருக்கீங்க?*

விஸ்வநாதன்: *இந்தக் கண்ணாடி வினோதமா இருக்கு...*

ஜானகி: உங்க ஃப்ரெண்ட்ஸ் வாங்கித் தந்த பரிசாச்சே வினோதமாத்தான் இருக்கும். பர்மா தேக்கு... பெல்ஜியம் கண்ணாடின்னு பிரமாதமா சொன்னாங்களே.

விஸ்வநாதன்: *அதைச் சொல்ல ஜானகி.. இந்தக் கண்ணாடியில முகம் பார்த்தா வேற முகம் தெரிஞ்சுது.*

ஜானகி: என்ன சொல்றீங்க? இருங்க நான் பார்க்கிறேன்.

(மனைவி போய் பார்த்துவிட்டு,)

ஜானகி: என்னங்க... நான் பார்க்கும்போது என் முகம்தான் தெரியுது.

விஸ்வநாதன்: *அப்படியா.. ஆச்சரியமா இருக்கு.*

ஜானகி: கண்ணாடியில யார் பார்க்கிறாங்களோ, அவங்க முகம்தான் தெரியும். இதில என்ன ஆச்சர்யம்?

விஸ்வநாதன்: *அது.. வந்து...*

ஜானகி: என்னது வந்து போயீ...

விஸ்வநாதன்: நான் பார்க்கும்போது ஒருத்தர் வந்தார்... சே... ஒருத்தர் இல்லை ஒண்ணு வந்தது.

ஜானகி: ஒண்ணு வந்ததா?

விஸ்வநாதன்: *தலையில ஆன்டெனா வெச்சு... கோழி முட்டை கண்ணோட வந்தது.*

ஜானகி: தலையில ஆன்டெனா வெச்சிருந்ததா?

விஸ்வநாதன்: *ஆமா... நீங்க ஒரு ஹெல்ப் பண்ணனும் கொஞ்சம் கூட வாங்கன்னு சொல்லுச்சு.*

ஜானகி: தமாஷ் பண்ணாதீங்க. சீக்கிரம் படுத்துத் தூங்குங்க.

விஸ்வநாதன்: நான் தூங்கறேன். நீ போ.

(கதவு சாத்தும் சத்தம்.)

விஸ்வநாதன்: அவ போயிட்டா.. நாம போயீ அந்த ஆன்டென வெச்ச மனுசனைப் பார்ப்போம்.

(காட்சி நிறைவு)

காட்சி 3

விஸ்வநாதன், விஸ்வநாதன் மனைவி ஜானகி, டாக்டர், ஐஸ்வர்யா.

டாக்டர்: டாக்டர் கிட்ட வந்துட்டு எல்லாரும் ஒரே நேரத்தில புலம்பினா என்னால ஒண்ணும் பண்ண முடியாது. ஒவ்வொருத்தரா பேசுங்க... நேத்து நைட் உங்க அப்பாவுக்கு என்ன ஆச்சு? ஐஸ்வர்யா நீ சொல்லு.

ஐஸ்வர்யா: அப்பா இருந்த அறையில இருந்து சத்தம் கேட்டது. நானும் அம்மாவும் ஓடிப் போய் பார்த்தோம். அப்பா அறையில் யாருமே இல்லை.

டாக்டர்: விஸ்வநாதன் எதனால உங்க அறையில சத்தம் வந்தது? அப்ப நீங்க எங்க போனீங்க?

விஸ்வநாதன்: டாக்டர்... சத்தம் பீரோவுக்குள்ள இருந்து வந்தது. நான் பீரோவுக்குள்ள போனேன்.

டாக்டர்: என்ன இது சின்ன பிள்ளையாட்டம்? நீங்க எதுக்கு பீரோவுக்குள்ள போனீங்க?

விஸ்வநாதன்: சார் முதல்ல இருந்து சொல்றேன். பீரோவுக்குள்ள இருந்து திடீர்னு ஒரு சத்தம் கேட்டது. எனக்கு என்னன்னு புரியலை. பீரோ கிட்ட போய் பார்த்தேன். அப்போ அந்த கண்ணாடியில இருந்து அந்த ஆன்டெனா வெச்ச ஒரு வினோத மனுஷன் வந்தான். ‘வாங்க சார்’னு என்னைக் கூட்டுக்கிட்டுப் போய்ட்டான்.

ஜானகி: இப்படியேதான் திரும்ப திரும்பச் சொல்றார். அதான் உங்ககிட்ட கூட்டிக்கிட்டு வந்தேன்.

டாக்டர்: பயப்படாதீங்க. சார் ஏதோ கன்ஃப்யூஸ் ஆகியிருக்கார். ரிட்டையர்ட் ஆகிற சில பேருக்கு கொஞ்ச நாள் இப்படியெல்லாம் வினோதமா ஆகும். ராஜஸ்தான்ல ஒருத்தருக்கு ரிட்டையர்ட் ஆனதும் பேசற சக்தியே போயிடுச்சாம்.

ஜானகி: என்ன டாக்டர் சொல்றீங்க?

டாக்டர்: கொஞ்ச நாள்ல சரியாகிடுச்சும்மா... ப்ரெய்ன்ல ஏற்பட்ற சின்ன அதிர்ச்சிதான் காரணம். விஸ்வநாதன் என்ன நடந்துச்சு சரியா சொல்லுங்க!

விஸ்வநாதன்: அதான் சொன்னேனே சார். ஆன்டெனா வெச்சிருந்த ஒருத்தன், 'வாங்க சார்'னு பீரோ கண்ணாடிக்குள்ள கூட்டிக்கிட்டுப் போயிட்டான்.

டாக்டர்: பீரோ கண்ணாடிக்குள்ள?

விஸ்வநாதன்: ஆமா!

டாக்டர்: தலையில ஆன்டென வெச்சிருந்தான்?

விஸ்வநாதன்: ஆமா சார்! நான் ஒரு வாக்கியத்தில சொன்னதை நீங்க பிச்சு பிச்சு கேட்கறீங்க..

டாக்டர்: கேட்கிற கேள்விக்கு பதில் சொல்லுங்க. 'வாங்க சார்'னு தமிழ்ல சொன்னான்?

விஸ்வநாதன்: இல்லை சார்...

டாக்டர்: இப்பத்தான் சொன்னீங்க... வாங்க சார்னு கூப்பிட்டான்னு.

விஸ்வநாதன்: வாங்கன்னு தமிழ்லயும் சார்னு இங்கிலீஷ்லயும் கூப்பிட்டான். 'வாங்க சார்' எப்படி தமிழாகும்?

டாக்டர்: ஸோ, அவங்களுக்கு ரெண்டு பாஷை தெரியும்னு சொல்றீங்க?

விஸ்வநாதன்: சார் அவங்களுக்கு நம்ம உலகத்தில இருக்கிற எல்லா பாஷையும் தெரியும். அவங்க நம்மைவிட இம்ப்ரூவ்டு. ஒரு தடவை கேட்டா ஒரு பாஷையை அப்படியே கிரகச்சுக்கிறாங்க. இலக்கணக் குறிப்பு வரையறாங்க சார்.

டாக்டர்: ரொம்ப தெளிவா இருக்கீங்க விஸ்வநாதன். உங்களுக்கு ஒரு பிரச்னையும் இல்லை. அந்த பீரோ பக்கம் போகாம இருந்தா எல்லாம் சரியாகிடும்.

விஸ்வநாதன்: அய்யோ சார். அவங்க எனக்கு நிறைய வேலை கொடுத்திருக்காங்க அது மட்டும் முடியாது. திஸ்மா புராஜெக்டை முடிச்சுக் கொடுக்கணும்.

டாக்டர்: உங்களைக் கூட்டிட்டுப் போனதா சொன்னீங்களே... அது எங்கே?

விஸ்வநாதன்: கெப்ளர் 72. அது ஒரு பிளானட். இங்கருந்து 600 லைட் இயர் தூரம்.

டாக்டர்: ஒரு லைட் இயர்னா எவ்வளவு தூரம்னு தெரியுமா விசு?

விஸ்வநாதன்: தோராயமா 95 லட்சம் கோடி கிலோ மீட்டர்.

டாக்டர்: நீங்க 600 லைட் இயர் தூரம்னு சொல்றீங்க. நீங்க சொன்ன நம்பரை அறுநூறால பெருக்குங்க... சொல்லும்போதே கண்ணைக்கட்டுது. நீங்க என்னடான்னா தாம்பரம் டு குரோம்பேட்டை மாதிரி விஸ்க்கு விஸ்க்குன்னு போய்ட்டு வர்றீங்க?

விஸ்வநாதன்: சார் அதுக்கு அவங்க ஒரு டைப்பா ஒரு டிவைஸ் வெச்சிருக்காங்க. நீங்க வேணா ஒரு தபா வந்து பாருங்க. ஒரு செகண்ட்ல உலகமே மாறிடுது. இங்க மறைஞ்சு, அங்க காட்சி அளிக்கலாம். சினிமாவுல கடவுள்லா தோன்றி மறைவாங்களே அப்படி.

டாக்டர்: பீரோவுக்குள்ள இருந்து ஏலியன் வர்றதெல்லாம் விபரீத கற்பனை. உங்க கற்பனைகளை சப்ரஸ் பண்ணி தூங்க வைக்கறதுக்கு மாத்திரை தர்றேன். ஒரு வாரம் சாப்பிடுங்க எல்லாம் சரியாகிடும்.

ஜானகி: டாக்டர் சொல்றதை கேட்டு நடந்துக்கங்க... அப்புறம் முத்திடப் போகுது.

விஸ்வநாதன்: என்னை பைத்தியம்னு சொல்றீயா?

ஜானகி: அப்படி சொல்லலீங்க... முத்திட்டா பிரச்னையாச்சேன்னு சொன்னேன்.

ஐஸ்வர்யா: அம்மா நீ சொன்ன ரெண்டும் ஒண்ணுதான். அப்பாவுக்கு ஏதோ டிப்ரஷன்... எங்கயாவது கோயில் குளம்னு போய் வந்தா நல்லாருக்கும்.

விஸ்வநாதன்: கோயில், குளம்லாம் வேணாம் டாக்டர்.

டாக்டர்: கோயில் குளம் வேணாம்னா, ஊட்டி, கொடைக்கானல

போனாலும் சரி.

விஸ்வநாதன்: டாக்டர், அவங்க கொடுத்திருக்கிற வேலையை முடிக்காம நான் எங்கயும் போக முடியாது.

டாக்டர்: அப்படி என்ன வேலை கொடுத்திருக்காங்க?

விஸ்வநாதன்: குடிமராமத்து செய்யணும்னு வந்திருக்காங்க.

ஜானகி: இப்ப புரியுதாடீ... முத்திப் போச்சுன்னு அதனாலதான் சொல்றேன்.

ஐஸ்வர்யா: முத்திடப்போகுதுன்னுதானேம்மா சொன்னே... இப்ப முத்திப் போச்சுன்னு கன்ஃபர்ம் பண்ணிட்டியே.

ஜானகி: பின்ன என்னடீ... ரிட்டையர் ஆனதுல இவருக்கு என்னவோ ஆகிடுச்சு. ஆபீஸ்ல முன்ன பண்ணின வேலையை எல்லாம் இப்ப ஏலியன்ஸ்கிட்ட பண்றார்.

டாக்டர்: பீரோவுக்குள்ள இருந்து வந்தது ஏலியன்ஸுன்னே முடிவு பண்ணிட்டீங்களா?

ஜானகி: அவர் சொன்னதை வெச்சு சொல்றேன் டாக்டர். இவர் இங்க பண்ணின வேலையைத்தான் அவங்களுக்கும் பண்றதா சொல்றார். இவர் பப்ளிக் ஒர்க்ஸ் டிபார்ட்மென்ட்ல இதே வேலையைத்தான் பார்த்தார்.

ஐஸ்வர்யா: எனக்கென்னவோ அந்த பீரோவை வித்துட்டா எல்லாம் சரியாகிடும்னு தோணுது.

விஸ்வநாதன்: சொன்னா கேளுங்க.. ரெண்டு நாள் டயம் கொடுங்க. அவங்க கேட்டதை முடிச்சுக் கொடுத்துடுவேன்.

டாக்டர்: சரி... சரி. ரெண்டு நாள்தானே..? அந்த பீரோ இருந்துட்டு போகட்டும். முடிஞ்சா அந்த பீரோவை எங்க வாங்கினாங்கனு விசாரிச்சு வைங்க.

ஐஸ்வர்யா: என்ன டாக்டர் நீங்களும் அப்பா சொல்றதை நம்பிடுவீங்க போல இருக்கே?

டாக்டர்: இல்லைம்மா நம்ம டிஸ்பன்ஸரிக்கு ஒரு பீரோ தேவைப்படுது... அதுக்காகக் கேட்டேன். ஐஸ்வர்யா: எதுக்கு டாக்டர் புதுசா ஒரு பீரோ வாங்கணும். ரெண்டு நாள் கழிச்சு இந்த பீரோவையே அனுப்பிவெச்சுடுறேன்.

டாக்டர்: ஹா ஹா ஹா... என்னை வெளிக்கிரகத்துக்கு அனுப்பிவைக்க முடிவு பண்ணிட்ட...

(ஜானகியும் ஐஸ்வர்யாவும் சிரிக்கிறார்கள்.)

(காட்சி நிறைவு)

காட்சி 4
விஸ்வநாதன் வீடு/ இரவு

விஸ்வநாதன், ஏலியன்.

(ஏலியனுக்கு சற்று சிந்தடிக் வாய்ஸ் போல இருந்தால் நன்றாக இருக்கும்.)

விஸ்வநாதன் தனியாகப் புலம்புகிறார்.

விஸ்வநாதன்: என்ன இப்படி தனியா புலம்ப விட்டுட்டாங்களே? ஏலியன்காரனுங்க கொஞ்ச நாள்ல நம்மளை பைத்தியம்னு பட்டம் கட்டி மென்டல் ஆஸ்பிடலுக்கு அனுப்பிடுவாங்களா?

(திடீரென ஒரு வினோத சத்தம்.)

ஏலியன்: அப்படிலாம் விட்டுட மாட்டோம் சார்!

விஸ்வநாதன்: யார் ஏலியனா பேசுறது?

ஏலியன்: என்ன சார் திடீர்னு இப்படி கேட்டுட்டீங்க?

விஸ்வநாதன்: பின்ன என்னப்பா? உங்களைப் பத்தி யார்கிட்ட சொன்னாலும் நம்ப மாட்டேங்கிறாங்க. எனக்கு பைத்தியக்காரப் பட்டம் வேற.

ஏலியன்: யாரும் நம்பாம இருக்கிறது நமக்கு நல்லதுதான் சார்.

விஸ்வநாதன்: உங்களுக்கு நல்லதுன்னு சொல்லுங்க. எனக்கு என்ன நல்லது?

ஏலியன்: யாதும் ஊரே யாவரும் கேளிர்னு சொன்னது உங்க தமிழ்ப் புலவர்தானே... கெப்ளர் 72 மட்டும் உங்க ஊர் கிடையாதா... சொல்லுங்க சார்.

விஸ்வநாதன்: என்னப்பா கணியன் பூங்கன்றன் பாட்டைச் சொல்லி இப்படி கண்கலங்க வெச்சுட்டியே? எப்படி எங்களைப் பத்தி இவ்வளவு டீடெய்ல் தெரிஞ்சு வெச்சுருக்கே?

ஏலியன்: வள்ளுவன் தன்னை உலகினுக்கே தந்து வான் புகழ்கொண்ட தமிழ்நாடாச்சே?

விஸ்வநாதன்: *அட.... பின்றீங்களே!*

ஏலியன்: இங்க வர்றதுக்கு முன்னாடியே உங்களை பத்திய எல்லா டீடெய்லும் எங்களுக்கு ஃபீட்(*feed*) பண்ணிட்டாங்க.

விஸ்வநாதன்: என்னது ஃபீட் பண்ணீட்டாங்களா?

ஏலியன்: ஆமா சார்... வாங்க சார் போய்க்கிட்டே பேசுவோம்.

விஸ்வநாதன்: எங்க போய்க்கிட்டே?

ஏலியன்: நம்ம கெப்ளர் 72 வரைக்கும்.

விஸ்வநாதன்: தினமும் அவ்வளவு தூரம் போய்ட்டு வந்தா என் உடம்பு தாங்குமா? அதுவும் ஒளி அலையா மாத்தி எடுத்துக்கிட்டு போறீங்க.

ஏலியன்: அதனால ஒண்ணும் ஆகாது சார். சும்மா பூ மாதிரி கூட்டிக்கிட்டுபோய் கூட்டிக்கிட்டு வந்து விட்டுடுவோம்.

விஸ்வநாதன்: சரி... சரி! இவ்ளோ சொல்றீங்க... இந்த ஒரு முறை மட்டும் வர்றேன்.

ஏலியன்: ஓ.கே சார்... டிவைஸை ஆன் பண்றேன்.... ரெடியா சார்?

விஸ்வநாதன்: ரெடி....

ஏலியன்: ஒன்... டூ... த்ரீ...

(விஸ்ஸ்ஸ்ஸ்ஸ்ஸ் என ஒரு சத்தம்)

காட்சி 5

கெப்ளர் 72 கிரகம்/

ஏலியன், விஸ்வநாதன்

ஏலியன்: ஐயா பார்த்து வாருங்கள்... இங்கு உங்களுக்கு கொஞ்சம் ஈர்ப்புவிசை வித்தியாசம் இருக்கும். கொஞ்ச தூரம் நடந்த பிறகு பழகிவிடும்.

விஸ்வநாதன்: அதான் முதல் முறை வந்தப்பவே சொல்லிட்டீங்களே...

ஏலியன்: அதற்கு இல்லை ஐயா. ஒவ்வொரு முறை வரும்போதும் அதை நினைவுபடுத்த வேண்டியது எங்கள் கடமை.

விஸ்வநாதன்: அது சரி.. எனக்கு ஆரம்பத்திலேயே ஒரு டவுட்.

ஏலியன்: கேளுங்கள் ஐயா.

விஸ்வநாதன்: கெப்ளர் எங்க பூலோகவாசி... அவர் பெயரை நீங்க வெச்சிருக்கீங்களே...

ஏலியன்: கலீலியோ, கெப்ளர், ஆரியபட்டா இவர்கள் பெயர்களைத்தான் எங்கள் கிரகங்களுக்குப் பெயராக வைத்திருக்கிறோம். மற்ற கிரகத்து அறிஞர்களையும் கௌரவிக்க வேண்டும், இல்லையா?

விஸ்வநாதன்: பெருமையா இருக்கு. சரி... இன்னைக்கு எதற்குக் கூட்டிக்கிட்டு வந்தீங்க... இன்னும் என்ன வேலை பாக்கியிருக்கு?

ஏலியன்: ஐயா... எல்லா வேலைகளும் முடிந்துவிட்டன. இங்கு உள்ள மொத்த நீர் நிலைகளில் நல்ல நீரின் அளவு ஆறு சதவிகிதம். அதாவது குடிக்க உகந்தவை. அதை முறையாகச் சேமித்தால் ஆண்டு முழுதும் பயன்படுத்தலாம். நீங்கள் உருவாக்கிக்கொடுத்த குடிமராமத்து முறையால் எல்லாம் நல்லபடியாக நடந்தேறியது. அதற்காக ஒரு நீர் பாதையின் குறுக்கே அமைந்த நகரத்தையே வேறு இடத்துக்கு பெயர்த்துவிட்டோம்.

விஸ்வநாதன்: என்னது நகரத்தையே பெயர்த்துவிட்டீர்களா?

ஏலியன்: ஆமாம் ஐயா... எழாம் அறிவு என்ன சொல்கிறதோ அதுதான் இங்கே இறுதி முடிவு.

விஸ்வநாதன்: ஏழாம் அறிவா?

ஏலியன்: ஆறாம் அறிவு என்பது பகுத்தறிவு. எது சிறந்தது, எது தேவையானது, எது நல்லது என்பதை பகுத்தறிவது ஆறாம் அறிவு. பூமியில் அந்த அறிவை எட்டியிருக்கிறீர்கள். ஏழாம் அறிவு என்பது அப்படி பகுத்து அறிவதை ஏற்றுக்கொள்ளும் அறிவு.

தமிழ்மகன் | 51

விஸ்வநாதன்: ஓ... பகுத்தறிவதை ஏற்றுக்கொள்வதுதான் ஏழாம் அறிவா?

ஏலியன்: கெட்டது, தீயது என்பது தெரிந்தபின்னும் அதை விட்டுவிலக முடியாமல் இருக்கிறீர்கள். ஊழல், லஞ்சம், போதை, கொலை, கொள்ளை இப்படி பல கெட்ட விஷயங்களைக் கெட்டது எனத் தெரிந்த பின்னும் பின்பற்றி வருகிறீர்கள். பகுத்து ஆய்ந்த பின்னும் தவிர்க்க முடியாமல் இருக்கிறீர்கள். நாங்கள் அவற்றை உடனே தவிர்க்கத் தெரிந்துகொண்டோம்.

விஸ்வநாதன்: பிரமாதம்பா.

ஏலியன்: ஐயா... எங்கள் அதிபரின் அலுவலகம் வந்துவிட்டது... வாருங்கள் அவரைச் சந்திப்போம்.

விஸ்வநாதன்: என்னப்பா... அதிபர்னுலாம் சொல்லி பயமுறுத்துறே?

ஏலியன்: பயப்படாதீர்கள்... இதோ கதவு திறந்துவிட்டது.

(பூம் என ஒரு ஓசை)

(காட்சி நிறைவு)

காட்சி 6

கெப்ளர் கிரகம்

அதிபர், ஏலியன், விஸ்வநாதன்.

அதிபர்: வாருங்கள் விஸ்வநாதன் ஐயா. உங்கள் வரவு நல்வரவாகிவிட்டது.

விஸ்வநாதன்: உங்களைப் பார்த்ததில ரொம்ப மகிழ்ச்சி.

அதிபர்: உங்களால் எங்கள் கிரகத்தின் நீர் ஆதாரம் பெருகிவிட்டது. மிக்க நன்றி. அதுசரி... இவ்வளவு நல்ல திட்டத்தை எங்களுக்குத் தந்த நீங்கள், உங்கள் நாட்டில் இதை நிறைவேற்றாமல் இருக்கிறீர்களே?

விஸ்வநாதன்: நல்லதுன்னு தெரிஞ்சாலும் அதை நடைமுறைப்படுத்தாம இருக்கோம்.

அதிபர்: ஓ! ஏழாம் அறிவுப் பிரச்னை அது.

விஸ்வநாதன்: ஆமாம். இப்பத்தான் உங்கள் பிரஜை என்னிடம் சொன்னார்.

அதிபர்: அவர் பிரஜை மட்டுமல்ல. எங்கள் கிரகத்தின் நீர் மேலாண்மை அமைச்சர்.

விஸ்வநாதன்: பார்த்தால் எந்த பகட்டும் இல்லையே?

அதிபர்: அமைச்சர் என்றால் பந்தாவாக இருக்க வேண்டும் என்பதும் தவறான எதிர்பார்ப்பு. நாங்கள் உங்களை அழைத்ததற்குக் காரணம், இந்த குடிமராமத்து திட்டத்தை நீங்கள்தான் தொடங்கிவைக்க வேண்டும்.

விஸ்வநாதன்: அந்தப் பொறுப்பெல்லாம் எனக்கு வேண்டாம்.

அதிபர்: வேறு என்ன வேண்டும் கேளுங்கள்.

விஸ்வநாதன்: உங்களைப் போல எங்கள் மக்களுக்கும் ஏழாம் அறிவு கிடைக்க வேண்டும். அதற்கு ஏதாவது வழியிருக்கிறதா?

ஏலியன்: நாம் பூமியில் இருந்து கிளம்பும்போது, உங்கள் பூமியைப் பற்றி ஃபீட் செய்தார்கள் என்று சொன்னேனே நினைவிருக்கிறதா?

விஸ்வநாதன்: ஆமாம். போய்க்கொண்டே பேசுவோம் என இங்கே அழைத்துவந்துவிட்டீர்கள்.

ஏலியன்: பூமியியன் அத்தனைத் தகவல்களையும் மொழிகளையும் அப்படியே கோடிங்க் செய்து, அதை எங்கள் மூளையின் மெமரி பரப்பில் பதிவுசெய்துவிட்டார்கள். அதனால்தான் பூமியின் மொழிகள், அவர்களின் நடை, உடை பாவனைகள் அனைத்தையும் ஒரு விநாடியில் புரிந்துகொள்ள முடிந்தது.

விஸ்வநாதன்: பிரமாதம்... அப்படி உங்கள் ஏழாம் அறிவை எங்கள் மக்களுக்குத் தர முடியுமா?

அதிபர்: உங்களுக்கு மட்டுமா, உங்கள் உலகத்தவர் அனைவருக்குமா?

விஸ்வநாதன்: எங்கள் உலகத்தவர் அனைவருக்கும்தான். எனக்கு மட்டும்னா அதனால் பயனிருக்காது அதிபரே.

அதிபர்: இந்திரன் அமிழ்தமே என்றாலும் தான் மட்டும் உண்ண எண்ணாத சான்றோர்கள் வாழ்வதால்தான் உங்கள் பூமி இன்னும் அழியாமல் இருப்பதாக உங்கள் சங்கப் பாடல் ஒன்றில் சொல்லியிருக்கிறார்கள். அதுதான் நினைவுக்கு வருகிறது.

விஸ்வநாதன்: எங்கள் பெருமை இப்படி கிரகம் விட்டு கிரகம் பரவியிருப்பது பெருமையாக இருக்கிறது.

அதிபர்: சரி. நீங்கள் கேட்டபடி ஏழாம் அறிவை மைக்ரோ மினரலாகத் தருகிறேன். அதை நீங்கள் உங்கள் கடலில் கரைத்துவிடுங்கள். உங்கள் கடல்தான் நிலப்பரப்பைச் சுற்றி இருக்கிறதே... ஒரே நாளில் எல்லா கண்டங்களுக்கும் பரவிவிடும்.

விஸ்வநாதன்: அப்படியா? அதற்கப்புறம் லஞ்சம், ஊழல், சாதி சண்டை, மதச் சண்டை எல்லாமே நீங்கிவிடுமா?

அதிபர்: எல்லாம் ஒரு நொடியில் சரியாகிவிடும்.

விஸ்வநாதன்: இவ்வளவு ஆற்றல் உள்ள நீங்கள், குடிநீருக்காக என்னைத் தேடி வந்தீர்களே?

அதிபர்: நல்லது எங்கிருந்தாலும் அதைத் தேடிச் செல்வது தவறு இல்லை. அதுவும் இல்லாமல் அறிவைப் பெருக்கிக்கொள்வது சுலபம். ஆனால், ஒரு சொட்டு நீரை உருவாக்குவது மிக மிகக் கடினம்.

விஸ்வநாதன்: மிக்க நன்றி. நான் கிளம்புகிறேன்.

அதிபர்: நீர் மராமத்து வேலைகள் இன்னும் ஓரிரு நாளில் முழுமை அடைந்துவிடும். இதை எப்படிப் பராமரிக்க வேண்டும் என்ற உங்கள் புராஜெக்டை முடித்தபின்பு நாங்களும் உங்களைத் தொல்லைபடுத்த மாட்டோம். ஏன் பூமியின் பக்கமே வர மாட்டோம். மகிழ்ச்சி நீங்கள் கிளம்புங்கள். இந்தாருங்கள். நீங்கள் கேட்ட ஏழாம் அறிவு... இந்தக் குப்பியில் இருக்கும் மைக்ரோ மினரலைக் கடலில் கலந்துவிடுங்கள்.

விஸ்வநாதன்: நன்றி சார்!

ஏலியன்: நாம் கிளம்புவோம்.

(விஸ்ஸ்... என்ற சத்தம்)

(காட்சி நிறைவு)

காட்சி 7

விஸ்வநாதன் வீடு/ பகல்

கதாபாத்திரங்கள்: விஸ்வநாதனின் அலுவலக நண்பர்கள் இருவர், ஜானகி, ஐஸ்வர்யா.

நண்பர் 1: என்ன விஸ்வநாதன்... என்ன ஆச்சு உங்களுக்கு? ஏதோ வினோதமா பிகேவ் பண்றதா சொன்னாங்களே?

விஸ்வநாதன்: வினோதம்லாம் ஒண்ணுல்ல... இன்னொரு கிரகத்தில இருந்து எனக்கு ஒரு புராஜக்ட் வந்திருக்கு. குடிமராமத்து செய்யணும்னு.

நண்பர் 2: இது உனக்கு வினோதமா தெரியலையா?

விஸ்வநாதன்: ஆரம்பத்தில வினோதமாத்தான் இருந்தது. அப்புறம் நல்ல ஏலியன்ஸ்னு தெரிஞ்சது. ஒரு நல்ல நோக்கத்துக்காக வந்திருக்காங்கன்னும் தெரிஞ்சது.

நண்பர் 1: என்னடா சொல்றே?

விஸ்வநாதன்: திஸ்மாவுக்காக அவங்க ரொம்ப கஸ்டப்பட்றாங்கடா.

நண்பர் 2: என்னது திஸ்மாவா?

விஸ்வநாதன்: அது அவங்க பாஷை.

நண்பர் 2: அவங்க பாஷை பேசற அளவுக்குப் போயிட்டியா? என்னடா சொல்றே?

நண்பர் 1: நீ பேசறதை கேட்டா பயமா இருக்குடா.

ஜானகி: இப்பத்தான் பேச ஆரம்பிச்சீங்க... அதுக்குள்ள பயந்தா எப்படி?

நண்பர் 2: ஏலியன் வந்து என்ன புராஜக்ட் கொடுத்திருக்காங்க?

விஸ்வநாதன்: இந்த புத்தகத்தைப் பார்த்தீங்களா?

நண்பர் 1: இது என்னடா சோழர்கால குடிமராமத்து முறைகள்னு போட்டிருக்கு.

விஸ்வநாதன்: தண்ணீரை எப்படி சேமிக்கணும்னு சோழர் காலத்தில குடிநீரை சேமிச்சதைப் பத்தி வந்தா ஆராய்ச்சி நூல்.

நண்பர் 2: சரி... அதுக்கு என்ன இப்ப?

விஸ்வநாதன்: மழை பெய்ததும் என்ன ஆகும்?

நண்பர் 1: ஏரி, குளம் எல்லாம் நிரம்பும்.

விஸ்வநாதன்: இப்படி பொத்தாம் பொதுவா சொல்லக்கூடாது.

முதல்ல ஊர்ல உள்ள கிணறுகள் நிரம்பும். அது நிரம்பினதும் குளங்கள் நிரம்பும். குளங்கள் நிரம்பினதும் ஏரிக்கும் ஏரிகள் நிரம்பினதும் ஓடைகளுக்கும் ஓடைகள் நிரம்பி ஆற்றுக்கும் ஆறு நிரம்பி கடலுக்கும்தான் குடிநீர் பயணம் நடக்கும்.

நண்பர் 1: டேய் மழை எல்லா இடத்திலும் பெஞ்சு, எல்லாம் ஒண்ணாத்தானே நிரம்பும்?

விஸ்வநாதன்: அப்படி நாம நினைக்கிறோம். ஊர் கொஞ்சம் மேடான இடத்தில் அமைக்கப்பட்டிருக்கும். அந்த மேட்டுப் பகுதியில் இருந்து நீர் வடிஞ்சு மத்த இடங்களுக்குப் போகும். நான் சொன்னேனே... குளம், ஏரி, ஓடை, ஆறு, கடல். இந்த ஆர்டர்ல போகும். இதை குடி மராமத்துன்னு சொல்லுவாங்க. இப்ப என்ன நடக்குது? ஆற்றில் இருந்து தண்ணி ஊருக்குள்ள வருது... ஏரித்தண்ணி கிணத்துக்கு வருது... எல்லாமே தலைகீழாகிடுச்சு. ஏரி இருக்கிற இடத்தில வீட்டைக் கட்றாங்க. ஓடை இருந்த இடத்தில பேக்ட்ரி கட்றாங்க.

நண்பர் 1: அதுக்கு நீ என்ன பண்ண முடியும்?

விஸ்வநாதன்: பண்ண முடியும். அந்தக் காலத்தில அப்படித்தான் பண்ணிவெச்சிருந்தாங்க. இப்ப அந்த ஏலியன்ஸுக்கு ஓரளவுக்குத் திட்டம் வகுத்துக் கொடுத்திட்டேன். குடியிருப்பு பகுதியின் உயரம் ஏரி, குளம் என்னென்ன உயர அளவுகள்ல இருக்கணும்னு திட்டம் வகுத்திட்டேன். இனிமே அவங்களுக்குப் பிரச்னை இருக்காதுன்னு நினைக்கிறேன்.

நண்பர் 2: எவங்களுக்கு?

விஸ்வநாதன்: கெப்ளர் 72 கிரகத்தில இருந்து வந்தவங்களுக்கு... அவங்களுக்காகத்தான் இந்த புராஜக்டையே எடுத்துப் பண்றேன். ரெண்டு நாளா தூக்கமே இல்லை.

நண்பர் 1: பார்த்தாலே தெரியுது. முதல்ல நீ நல்லா தூங்கினாத்தான் எல்லா பிரச்னையும் சரியாகும்.

விஸ்வநாதன்: இன்னும் ஒரே ஒரு நாள்தான். எல்லாத்தையும் ஃபைனல் பண்ணிக்கொடுத்திடுவேன். அப்புறம் குடிநீர் பஞ்சமே அங்க வராது.

நண்பர் 2; அதாவது கெப்ளர் 72 கிரகத்தில..?

விஸ்வநாதன்: ஆமாம்டா... அவங்க தண்ணியில்லாம ரொம்ப கஷ்டப்பட்டுப் போயிட்டாங்க. அதுக்கப்புறம்தான் தண்ணீரை

எப்படி சேமிக்கிறதுன்னு நம்ம பூமியைத் தேடி வந்தாங்க. இங்கயும் தண்ணீர் பிரச்னை இருக்கவே அதை எப்படி சமாளிக்கிறாங்கன்னு ஆராய்ச்சி பண்ணியிருக்காங்க. நம்ம சோழர் காலத்தில இருந்த நீர் ஆதார முறைகளைத் தெரிஞ்சுக்கிட்டு என்கிட்ட ஹெல்ப் கேட்டாங்க.

நண்பர் 1: டேய் இதெல்லாம் உனக்கே கொஞ்சம் ஓவரா தெரியலையா?

நண்பர் 2: எங்க கிட்டதான் சோழர் கால மராமத்து பத்தி சொல்லிக்கிட்டே இருப்பே... இப்ப ரிட்டையர் ஆனதும் வேற கேலக்ஸியில இருந்து வந்து கேட்டுட்டு போறாங்களா?

விஸ்வநாதன்: எனக்கு அந்த விஷயத்தில இன்ட்ரஸ்ட் இருக்கறது தெரிஞ்சுதான் என்கிட்ட வந்திருக்காங்க.

ஐஸ்வர்யா: அங்கிள் இது வேலைக்கு ஆகறதில்லை... இப்பவே இந்த பீரோவை எடுத்துக்கிட்டு போயிடுங்க.

விஸ்வநாதன்: ப்ளீஸ்மா இன்னும் ஒரே ஒரு நாள்... 95 பர்சென்ட் வேலை முடிஞ்சுடுச்சு... இன்னைக்கு நைட் வந்து வாங்கிட்டுப் போய்டுவாங்க.

நண்பர் 1: இனிமேலாவது குடும்பத்தைக் கவனின்னு சொல்லிட்டு போனேமேடா...

விஸ்வநாதன்: நாட்ல தண்ணீர் இருந்தா எல்லா குடும்பமும் நல்லா இருக்குமே?

ஜானகி: சரி இன்னும் ஒரு நாள்தானே..? இந்த பீரோ கிடந்துட்டுப் போகட்டும். அப்புறம் இதை வித்துட வேண்டியதுதான். இது இருந்தாலே இவர் மனசு இப்படித்தான் போகும். அது சரி இதை எங்க வாங்கினீங்க? எங்க டாக்டருக்கும் ஒரு பீரோ வேண்டும்னு சொன்னார். அவருடைய கிளினிக்ல தேவைப்படுதாம்.

நண்பர் 1: ராயப்பேட்டை போலீஸ் ஸ்டேஷன்கிட்ட ஒரு கடை. கடை பேரு நினைவில்லை. பழைய தேக்கு பீரோ, கட்டில் எல்லாம் புதுசா மாத்தி விக்கிறாங்க.

ஐஸ்வர்யா: சரி அங்கிள். அதே கடையில கொண்டு போய் கொடுத்திடுறோம். டாக்டருக்கு வேற ஒரு பீரோவை அங்கயே வாங்கிடுவோம். இந்த பீரோவே வேண்டாம்.

நண்பர் 2: ஏதாவது காத்து கருப்பு இருக்குமான்னு எனக்கும்

யோசனையாத்தான் இருக்கு. பழைய பொருள் வாங்கினது எங்க தப்புதான். ஏதோ ராஜா காலத்து பீரோ போல இருக்கவே ஆசைப்பட்டு வாங்கிட்டோம்.

விஸ்வநாதன்: *ஒன்னு சொல்லட்டுமா? அது பீரோவே இல்லை. அது ஒரு சாட்டிலைட் லான்ச்சர். ராக்கெட் மாதிரி ஒரு சமாசாரம். ஒரு கிரகத்தில இருந்து இன்னொரு கிரகத்துக்குப் போக உதவுகிற ஒரு சாதனம்.*

நண்பர் 1 : நீ கொஞ்சம் பெசாம இருக்கியா? யார் அந்த ஏலியன் மண்டையனுங்க சொன்னானுன்களா?

விஸ்வநாதன்: ஏலியன் மண்டையனுங்கன்னு அவங்களைக்கிண்டல் பண்ணாதீங்க. அவங்க புத்திசாலியா இருக்காங்க. நமக்கு ஏத்த மாதிரி அவங்க பாஷை, அவங்க ட்ரஸ் எல்லாத்தையும் அவங்களால உடனே மாத்திக்க முடியுது. உருவம் இல்லாமக் கூட அவங்களால இருக்க முடியுது. இப்பக்கூட ஐஸ்வர்யா பக்கத்தில என்ன பாந்தமா நின்னுக்கிட்டு நாம பேசறதை கேட்டுக்கிட்டு இருக்கு தெரியுமா?

ஐஸ்வர்யா: அய்யய்யோ... இனிமே நான் இந்த ரூமுக்கு வர மாட்டேம்பா... *(ஓடுகிறாள்)*

ஜானகி: நாளைக்கே இந்த பீரோவை வித்துடுவோம். ஏதோ திருஷ்டி கழிஞ்சதுன்னு நினைச்சுக்க வேண்டியதுதான்.

நண்பர் 1: எல்லாம் நல்லதுக்குத்தான்!

விஸ்வநாதன்: எல்லாம் நல்லதுக்குத்தான்..

நண்பர் 1: அதை நீ சொல்லாதே!

நண்பர் 2: எதுக்கும் வெளியே போய் பேசுவோம். ஐஸ்வர்யா வெளிய ஓடினதப் பாத்து எனக்கும் பயமாத்தான் இருக்கு.

நண்பர் 1: யாரும் பயப்பட வேண்டாம். பயப்படாம எல்லாரும் என் பின்னாடியே வந்துடுங்க!

விஸ்வநாதன்: (தனக்குத்தானே) சுத்த பயந்தாங்கொள்ளி பசங்க. எல்லாருக்கு ஏழாம் அறிவு வந்தா எல்லாம் சரியாகிடும். நாளைக்கு அதைக் கடலில் கலந்திடணும்.

(காட்சி நிறைவு)

காட்சி 8

விஸ்வநாதன் வீடு/ பகல்

பீரோவை வாங்க வந்த இருவர், ஜானகி, ஐஸ்வர்யா.

ஜானகி: *பீரோவை எடுத்துக்கிட்டுப் போக ஆள் வர்றதா சொன்னாங்க... இன்னும் வரலையே!*

ஐஸ்வர்யா: *எத்தனை மணிக்கு வர்றதா சொன்னாங்க?*

ஜானகி: *காலையில 10 மணிக்கு வர்றதா சொன்னாங்க.*

ஐஸ்வர்யா: *ஏம்மா... இப்பத்தான் ஒம்பது மணி ஆகுது... அவங்க பத்துன்னு சொன்னா 12 மணிக்குத்தான் வண்டி அனுப்புவாங்க.*

(அப்போது இருவர் வருகிறார்கள்.)

ஒருவன்: *அம்மா பீரோ எடுத்துக்கிட்டு போக வந்திருக்கோம்.*

ஜானகி: *அட இப்பத்தான் உங்களைப் பத்திப் பேசிக்கிட்டு இருந்தோம். அதுக்குள்ள வந்துட்டீங்க. வண்டி எங்கே?*

இன்னொருவன்: *வண்டி தெரு முனையில நிக்குதும்மா... சின்ன தெருவா இருக்கில்லையா... அதான் அங்கயே நிறுத்திட்டோம்.*

ஐஸ்வர்யா: *நீங்க ரெண்டே பேர் தூக்கிட்டுப் போயிடுவீங்களா?*

ஒருவன்: *எங்களுக்கு அதெல்லாம் பழக்கம்மா.*

ஜானகி: *வெய்யில்ல வந்திருக்கீங்களே... தண்ணி குடிக்கிறீங்களா?*

ஒருவன்: *குடுங்கம்மா... இந்த காலத்தில குடிக்க தண்ணி கிடைக்கறதுதான் கஷ்டமா இருக்கு.*

ஐஸ்வர்யா: *இந்தாங்க தண்ணி.*

ஒருவன்: *எங்க தாகம் தணிச்சதுக்கு நன்றிம்மா.*

இன்னொருவன்: *தாகம் தணிச்சதுக்கு நன்றிம்மா.*

ஜானகி: *நீங்க பேசறது வித்தியாசமா இருக்கு... நீங்க எந்த ஊரு?*

ஒருவன்: *ரொம்ப தூரம் தாயீ... அது ஒரு மலை தேசம்.*

ஜானகி: *அதான் ஒரு டைப்பா இருக்கீங்க.*

ஐஸ்வர்யா: *சரி பீரோவை கீழே இறக்கடுங்க.*

இன்னொருவன்: சரிம்மா.

(இருவரும் மாடிப்படிகளில் ஏறுகிறார்கள். சிறிது நேரத்தில்...)

ஐஸ்வர்யா: அம்மா அதுக்குள்ள அந்த ரெண்டு பேரும் பீரோவைத் தூக்கிட்டு இறங்கிப் போயிட்டாங்க.

ஜானகி: என்னது அதுக்குள்ளையா? சூராதி சூரனுங்கதான். பத்து பேர் இருந்தாத்தான் அந்த பீரோவை கீழ இறக்க முடியும்னு நினைச்சேன். சரி... சரி... பீரோ போச்சு. பிரச்னையும் போச்சு.

ஐஸ்வர்யா: ஆனா எனக்கென்னவோ அவங்களைப் பார்த்தா...?

ஜானகி: என்னடீ... நீயும் உங்க அப்பா மாதிரி புதுக்கதை சொல்லப் போறீயா? அவர் எங்க காணோம்?

ஐஸ்வர்யா: அவர் எங்கயோ வெளிய போனார்.

ஜானகி: அவர் இல்லாத நேரத்தில பீரோவை அனுப்பிவெச்சது பெரிய விஷயம்.

ஐஸ்வர்யா: ஆமாம்மா. அவர் இருந்திருந்தா விட்டிருக்க மாட்டார்.

ஜானகி: இனிமே எல்லாம் சரியாகிடும். அந்த ரூமை கழுவி, விளக்கேத்தி வைக்கணும்.

காட்சி 9

விஸ்வநாதன் வீடு/ பகல்

டிப் டாப் ஆடையுடன் இரண்டு பேர், விஸ்வநாதன், ஜானகி, ஐஸ்வர்யா

டக்... டக்... டக்

கதவைத்தட்டும் ஓசை!

ஜானகி: யாரு?

ஒருவர்: நாங்கள் இந்திய அறிவியல் கழகத்தில் இருந்து வர்றோம். உங்க கணவர் இருக்காரா?

ஜானகி: இருக்காரு... உள்ள வாங்க! ஆனா அவர் கொஞ்சம்

சுயநினைவு இல்லாம இருக்காரு.

இன்னொருவர்: பரவாயில்லை. அவரைக் கொஞ்சம் கூப்பிடுங்க.

ஜானகி: ஏங்க... உங்களைத் தேடிக்கிட்டு யாரோ வந்திருக்காங்க.

விஸ்வநாதன் வருகிறார்.

விஸ்வநாதன்: நான் தான் விஸ்வநாதன். என்ன விஷயமா என்னைப் பார்க்க வந்தீங்க.

ஒருவர்: இந்த செய்தியை முதல்ல படிங்க... நான் ஏன் வந்தோம்னு உங்களுக்கே புரியும்.

இன்னொருவர்: இது அமெரிக்கவில இருந்து வந்திருக்கிற செய்தி. நாசா விஞ்ஞானிகள் எங்களை இதை விசாரிக்கச் சொல்லியிருக்காங்க.

விஸ்வநாதன்: பெரிய பெரிய விஷயம் எல்லாம் சொல்றீங்க. அந்த செய்திய கொடுங்க. படிச்சுப் பார்க்கிறேன். ஓ! அந்த ஏலியன் விவகாரமா? நான் எவ்வளவோ சொன்னேன். இவங்க யாரும் கேட்கலை.

ஐஸ்வர்யா: என்ன சார் சொல்றீங்க?

ஒருவர்: எங்களுக்கு வந்த தகவலைச் சொல்லிவிடுகிறோம் இந்தப் பகுதியில் ஏலியன் நடமாட்டம் இருக்கிறதா நம்ம சேட்டிலைட் மேப்ல கண்டுபிடிச்சோம். அவங்களால ஏதாவது ஆபத்து இருக்குமான்னு தெரிஞ்சுக்க நாசாவுடைய உதவியை நாடினோம். அவங்களும் இதை உறுதிப்படுத்தினாங்க. அவங்களால எந்த ஆபத்தும் இல்லைன்னு தெரிஞ்சது. ஏதோ ஒரு நோக்கத்தோடு இங்க அவங்க வந்திருக்கிறது தெரிஞ்சது.

இன்னொருவர்: உங்க கணவர் பலர் கிட்டயும் குடி மராமத்து மூலமா குடிநீர் பிரச்னையை தீர்க்க கெப்ளர் 72 கோளில் வாழ்பவர்களுக்கு உதவி செய்வதாகச் சொல்லியிருக்கார்.

விஸ்வநாதன்: அந்த திஸ்மா புராஜக்டை முழுமை செய்து அவர்களுக்குக் கொடுத்துட்டேன் சார்.

ஒருவர்: வெரிகுட். இப்ப அந்த பீரோ எங்கே?

ஜானகி: காலையில அதை பீரோ கடைக்காரங்க தூக்கிட்டுப் போயிட்டாங்க.

ஒருவர்: உடனே அந்த பீரோ கடைக்கு போன் போடுங்க. அந்த பீரோ நாசாவுக்கு வேண்டும்.

ஐஸ்வர்யா: ஒரு நிமிஷம் சார்... நான் அவங்களுக்கு ட்ரை பண்றேன். *(டயல் சவுண்டு)*

ஐஸ்வர்யா: ஹலோ இது பர்னீச்சர் கடையா?

கடைக்காரர் குரல்: சொல்லுமா நான் பர்னீச்சர் கடையில இருந்துதான் பேசறேன்.

ஐஸ்வர்யா: நான் விஸ்வநாதன் சார் வீட்ல இருந்து பேசறேன். கொஞ்ச நேரத்துக்கு முன்னாடி உங்க கடை ஆளுங்க எங்க பீரோவை வந்து எடுத்துக்கிட்டுப் போனாங்க. அந்த பீரோவை யாருக்கும் கொடுத்திடாதீங்க. அதை அப்படியே வைச்சுருங்க.

கடைக்காரர் குரல்: *(சிரித்தபடி)* என்னம்மா சொல்றே... நான் இன்னும் ஆளே அனுப்பலையே...

ஐஸ்வர்யா: என்னது ஆளே அனுப்பலையா? சரி வைங்க. அப்புறம் பேசறேன்.

ஒருவர்: என்னம்மா சொல்றாங்க?

ஐஸ்வர்யா: இன்னும் ஆளையே அனுப்பலைன்னு சொல்றாங்க.

ஜானகி: அப்ப பீரோவைத் தூக்கிட்டுப் போனது யாரு?

இன்னொருவர்: வேற யாரு? அந்த ஏலியன்ஸ் தான்.

ஜானகி: நான் அப்பவே நினைச்சேன். ரெண்டே பேர் அவ்வளவு பெரிய பீரோவை எப்படி தூக்க முடியும்னு.

ஐஸ்வர்யா: நானும் ஒரு விஷயத்தைச் சொல்லாம விட்டுடேம்மா...

ஜானகி: சொல்லுடீ. என்னத்தை மறைச்சே?

ஐஸ்வர்யா: பீரோவைத் தூக்கிட்டு ஓடும்போது அவங்களுக்கு வால் இருக்கிறதைப் பார்த்தேன்.

ஜானகி: இவ்வளவு நேரம் ஏண்டி சொல்லலை?

ஐஸ்வர்யா: ஏதோ கயிரா இருக்கும்னு நினைச்சுக்கிட்டேன். அதனால டவுட் பெருசா வரலை.

ஒருவர்: இவ்வளவு அலட்சியமா இருந்துட்டீங்களே... சார் அவங்களோட புராஜக்ட் என்னன்னு தெரிஞ்சவர் நீங்க... அதை எங்களுக்கு சொல்ல முடியுமா?

விஸ்வநாதன்: நிச்சயமா... குடிநீர் பிரச்னை கெப்ளர் 72 -வுல அதிகமாகிடுச்சு. அதை எப்படி சமாளிப்பதுன்னுதான் இங்க அவங்க வந்தாங்க.

ஜானகி: தாகம் தணிச்சதுக்கு நன்றின்னு சொன்னது இதுக்குத்தானா?

விஸ்வநாதன்: நம்ம பூமியிலயும் குடிநீர் பிரச்னை அதிகமாகிட்டு இருக்கிறதைப் பார்த்து, நான் செய்த திஸ்மா புராஜக்ட்ல ஒரு காப்பி போட்டு எனக்குக் கொடுத்திட்டு போயிருக்காங்க.

இன்னொருவர்: அதைப் பயன்படுத்தி பூமியை தண்ணீர் பிரச்னையிலிருந்து காப்பாத்துவோம். அது சரி திஸ்மா... திஸ்மான்னு சொன்னீங்களே... அப்படின்னா என்ன?

விஸ்வநாதன்: ஓ... சாரி! அவங்க மொழியில திஸ்மான்னா தண்ணீர்... இன்னொரு அர்த்தமும் சொன்னாங்க... உயிர்னும் அதற்கு ஓர் அர்த்தம் இருக்கு.

ஒருவர்: தண்ணீர்தான் உயிர்னு அந்த வெளிக்கிரகவாசிகள் நமக்கு தண்ணீரின் பெருமையைச் சொல்லிட்டுப் போயிட்டாங்க. வாழ்க கெப்ளர் 72!

விஸ்வநாதன்: ஒரு நிமிஷம் இருங்க... இந்த உலகத்துக்கு இன்னொரு அதிசயத்தைத் தந்திருக்காங்க.

ஒருவர்: அப்படியா? அது என்ன சார்?

விஸ்வநாதன்: ஒரு நிமிஷம் இருங்க... உள்ள போய் எடுத்துக்கிட்டு வர்றேன்.

(உள்ளே இருந்து குரல் கொடுக்கிறார்)

விஸ்வநாதன்: ஜானகி... ஜானு.... இங்க வெச்சிருந்த ஒரு குப்பியைப் பார்த்தியா?

ஜானகி: குப்பியாவது... கிப்பியாவது... இப்ப எதுக்கு அது?

விஸ்வநாதன்: *(வெளியே வந்து)* அதுதான் ஏழாம் அறிவு குப்பி.

ஜானகி: என்னது ஏழாம் அறிவு குப்பியா?

விஸ்வநாதன்: ஆமாம் ஜானகி. அதைப் பார்த்தியா?

ஜானகி: அது... அது...

விஸ்வநாதன்: என்ன ஜானகி?

ஜானகி: அது ஏதோ பழைய மருந்து புட்டின்னு நினைச்சுத் தூக்கி குப்பை லாரியில போட்டுட்டேனே...

விஸ்வநாதன்: ஐயோ...!

ஒருவர்: என்ன விஸ்வநாதன்... உங்களுக்கு என்ன ஆச்சு... அவர் மயங்கி விழுறார் யாராவது தாங்கிப் பிடிங்க...

(விஸ்வநாதன் டமார் எனக் கீழே விழும் சத்தம்.)

அமில தேவதைகள்

காட்சி 1

இரண்டுபுறமும் மரங்கள் நிறைந்த நீண்ட சாலை. ஆள் அரவம் இல்லை. மந்தாகினி பாலிகிளினிக் செல்வதற்கான பிரத்யேக பாதை அது. சருகுகள் இங்குமங்கும் நகர்ந்து சரசரத்துக் கொண்டிருக்கின்றன. காற்று சுழன்றடிக்கும் சத்தம். மரக்கிளைகள் காற்றில் சரசரக்கின்றன.

ஆஷா பையை சுமந்தபடி மூச்சிறைக்க நடக்கிறாள்.

ஆஷா (தனக்குள் முணுமுணுத்தவாறு): என்ன இது. கேட்ல இருந்து இந்த ஆஸ்பிடலுக்குள்ள வர்றதுக்கே ஒரு டாக்ஸி விடணும் போல இருக்கே? ஒரே இருட்டா வேற இருக்கு? இது என்ன ஆஸ்பிடலா, அரண்மனை - 2 பங்களாவா?

ஆந்தை ஒன்று கத்துகிறது.

ஆஷா (தயங்கிய குரலில்): பேய் பங்களாவே தான். ஆந்தைலாம் கத்துது. திரும்பிப் போயிடலாமா? ஆறு மணிகூட ஆகல. அதுக்குள்ள இருட்டிடுச்சே?

தனிமை உணர்வை தவிர்க்கும் பொருட்டு ஏதாவது பாட்டுப்பாட நினைக்கிறாள்.

ஆஷா: குறையொன்றும் இல்லை... மறைமூர்த்தி கண்ணா... குறையொன்றும் இல்லை கண்ணா... சே... புது சாமி பாட்டு ஒண்ணும் ஞாபகம் வர மாட்டேங்குதே? நட்ட நடு மெட்ராஸ்ல இப்படி காட்டுக்கு நடுவுல ஒரு ஆஸ்பிடலா? (மூச்சிறைக்க நடக்கிறாள்.) அப்பாடா... அங்க பில்டிங் தெரியுது.

கண்ணாடிக் கதவைத் திறக்கிறாள்.

ஆஷா: என்ன இது ரிஷப்ஷன்லகூட யாருமே இல்லையே? என்ன இது? அதோ லிஃப்ட் பக்கத்தில எந்த டாக்டர் எந்த ரூம்ல இருக்காங்கன்னு போட்டிருக்காங்க. அதில பாக்கலாம். ம்ம்ம்... கைனகாலஜி. டாக்டர் மிருணாளினி. யெஸ். இவங்கதான். செகண்ட் ப்ளோர். ரூம் நம்பர் 202. ரெண்டாவது மாடி. லிஃப்ட்லயே போயிடுவோம்.

லிப்ட் கதவு திறக்கும் சத்தம். மூடும் சத்தம். இயங்கும் சத்தம். மீண்டும் கதவு திறக்கும் சத்தம்.

ஆஷா: அப்பாடா. 202 எதிரிலியே இருக்கு.

கதவைத் தட்டி நிற்கிறாள்.

ஆஷா: டாக்டர் மே ஐ கம் இன்?

டாக்டர் மிருணாளினி: யெஸ்? யாரைம்மா பாக்கணும்?

ஆஷா: அபாயின்ட்மென்ட் வாங்கியிருந்தேன்... நேத்து.. போன்ல. என் பேர் ஆஷா.

கம்ப்யூட்டர் மானிட்டரில் வேகமாக தட்டிப் பார்த்துவிட்டு,

மிருணாளினி: தி. நகரிலிருந்து ஆஷா... அதான?

ஆஷா: ஆமா டாக்டர்.

மிருணாளினி: 24 வயசா?

ஆஷா: ஆமா டாக்டர்.

மிருணாளினி: உன் ஹஸ்பண்ட் வரலையா?

ஆஷா: இல்ல டாக்டர்.

மிருணாளினி: ஏன்? தி.நகர்ல எந்த ஹாஸ்பிடலும் கிடைக்கலையா? பொதுவா இங்க ரிசர்ச் ஒர்க் மட்டும்தான். பேஷண்ட் இங்க வர மாட்டாங்க.

ஆஷா: டாக்டர் மகேஸ்வரி சொன்னாங்க. யாருக்கும் தெரிஞ்சிடக் கூடாதுன்னுதான் இங்க வந்தேன் டாக்டர்.

மிருணாளினி: கூட யாரும் வரலையா?

ஆஷா: இல்லை டாக்டர்.

ஆஷா: மகேஸ்வரி சொன்னாளேன்னுதான் உன்னை அட்மிட் பண்றேன். ரூம் நெம்பர் 4-பி ல போய் இரு. அப்புறம் கூப்பிட்டு அனுப்புறேன்.

ஆஷா: சரி மேடம்.

காட்சி 2

ஆஷா குற்ற உணர்வுடன் விடைபெற்று 4-பி இலக்கமிட்ட அறைக்கதவைத் திறந்து உள்ளே நுழைந்து, கதவு மூடிக் கொள்வதற்கு

முன், வசமிழந்து அழுதாள்.

ஆஷா: (தனக்குள்) கடவுளே எனக்கு ஏன் இப்படி ஆகணும்? வீட்டுக்குத் தெரிஞ்சா என்ன ஆகும். அம்மா, அப்பா எல்லாருமே அவமானம் தாளாம செத்துப் போவாங்களே? ரெண்டு நாள் தங்கியிருந்து எல்லாத்தையும் நல்லபடியா முடிச்சுக்கிட்டு ஒரு தடயமும் இல்லாம ஹாஸ்டலுக்குப் போயிடணும். கடவுளே நீதான் காப்பத்தணும்.

ஆஷா அழும் விசும்பல் சத்தம் மட்டும் கேட்கிறது. மீண்டும் ஆஷா தனக்குத்தானே பேசுகிறாள்.

ஆஷா: இவ்வளவையும் செஞ்சுட்டு சுரேஷ் இப்படி மாறுவான்னு நினைக்கவே இல்ல. "ஸ்டேட்ஸ்ல ஆஃபர் வந்திருக்கு. இந்த நேரத்தில் குழந்தை பொறந்தா செம ப்ராப்ளம் ஆகிடும்"னு காரணம் சொல்றான். அவன் சொல்றபடி கேட்டுத்தான் ஆகணும். வீட்டுக்குத் தெரியாம கல்யாணம் பண்ணதுக்கு எனக்கு இந்த தண்டனை வேணும்.

இனி யாரிடமும் ஏமாறக்கூடாது உறுதிப்படுத்திக் கொண்டாள். வாஷ்பேஸினில் முகத்தைக் கழுவிக் கொண்டு கொஞ்சம் தன்னைப் புதுசு பண்ணுகிற முயற்சியில் இறங்கினாள்.

அந்த நேரத்தில் டொக்... டொக் எனக் கதவு தட்டும் சத்தம்.

ஆஷா: ஒன் செகண்ட்..

லேசாக கதவைத் திறந்து முகத்தை மட்டும் காட்டி,

ஆஷா: நைட்டிதான போடணும்?

ஆபரேஷன் வார்டு ஆட்கள் இரண்டு பேர்: பரவால்ல. நாங்க உங்களுக்கு வேற ட்ரஸ் கொடுப்போம். நீங்க எந்த ட்ரஸ்லனாலும் வரலாம்.

ஆஷா: நான் நைட்டிக்கு மாறிட்டேனே?

ஆண்: எதுவா இருந்தாலும் பரவாயில்லை.

ஆஷா: ஏன் பெண் நர்ஸ் யாரும் இல்லையா?

ஆண்: முன்ன இருந்தாங்க இப்ப இல்ல.

ஆஷா: ஓ. சரியா போட்டுக்கிட்டு வந்திர்றேன்... கொஞ்சம் வெயிட்

பண்ணுங்க.

ஆண்: வந்துக்கிட்டே போட்டுக்கலாம்.. வாங்க.

ஆஷா: நீங்க யாருங்க. கிண்டலடிக்கிறீங்களா? அவசரமா கூப்பிடறீங்களா? ஒரு லேடி கிட்ட இப்படியா பேசுவீங்க?

கண் இமைக்கும் நேரத்தில் சரேல் என இருவரும் உள்ளே நுழைகின்றனர்.

ஆஷா: ஏய்... என்ன லேடீ ட்ரஸ் மாத்தற ரூம்ல இப்படி நுழையறீங்க? வாட் நான்சென்ஸ்.. நான் மகேஸ்வரி மேடம் கிட்ட கம்ப்ளைண்ட் பண்ணுவேன்.

ஒரு ஆண்: அவ அப்படித்தான் கத்துவா. நீ அந்த இன்ஜெக்ஷனை இவளுக்குப் போடுடா.

அதற்குள் ஒருவன் பாக்கெட்டில் மருந்து நிரம்பிய சிரஞ்சை எடுத்து அவளது உடம்பில் அகப்பட்ட இடத்தில் குத்தினான்.

ஆஷா: என்னடா ஊசி போட்டீங்க. எனக்கு மயக்கமா வருது.

ஆண்: ஏய் பொண்ணு கொஞ்ச நேரம் சும்மா இரு.

இன்னொரு ஆண்: அந்த வெள்ளை பெட்ஷீட்ல அப்படியே சுத்திக்கோ இவளை.

ஆண்: ம் சுத்திட்டேன். மயங்கிட்டா.

இன்னொரு ஆண்: நான் தலைய பிடிச்சுக்குறேன். நீ காலைப் பிடி. இந்த ஸ்ட்ரெச்சர்ல தூக்கி வை.

ஆஷா முற்றிலும் மயங்கி கடைசி வார்த்தையாக சொன்னாள்

ஆஷா: ராஸ்கல்ஸ். எங்கடா தூக்கிட்டுப் போறீங்க?

காட்சி 3

டாக்டர் மிருணாளினி அறை. அட்டெண்டர் உள்ளே நுழைந்து சொல்கிறான்.

அட்டெண்டர்: மேடம் நீங்க சொன்ன 4 பி ரூம்ல யாருமே இல்ல.

மிருணாளினி: நல்லா பார்த்துட்டு வா.. ஆஷான்னு ஒரு பொண்ணு

இருப்பா. ஒருவேளை பாத்ரூம்ல இருப்பா.

அட்டெண்டர்: அரைமணி நேரமா தேடறன் மேடம்.. அங்க யாருமே இல்ல. பாத்ரூம் திறந்துதான் கிடக்குது..

மிருணாளினி: மனசு மாறி கிளம்பிப் போய்ட்டாளா?

அட்டெண்டர்: தெரியல மேடம்.

மிருணாளினி: ரூம்ல அவ கொண்டு வந்த பை இருந்ததா?

அட்டெண்டர்: இல்லையே மேடம்.

மிருணாளினி: இந்த மாதிரி லூஸுகளுக்கெல்லாம் மகேஸ்வரி எதுக்கு சப்போர்ட் பண்றா...?

அட்டெண்டர்: அந்த ரூம்ல இந்த சிரஞ் கெடந்தது மேடம்.

மிருணாளினி: போதை கேஸா இருப்பா.. எக்கேடாவது கெட்டுத் தொலையட்டும்.. அதையெல்லாம் அதை அந்த பேஸ்கட்ல போட்டுட்டுப் போய் ஒரு காபி கொண்டுவா... கையை அலம்பிடு.

காட்சி 4

போலீஸ் ஸ்டேஷன்.

பேன் சுழலும் சத்தம்.

ராமசாமி: இன்ஸ்பெக்டர் சார்... என் காவல்துறை அனுபவத்தில இத்தனை விஞ்ஞான பூர்வமான கொலையைப் பாத்ததே இல்லை. வீச்சரிவா, அம்மிக்கல், பிளேடு, துப்பாக்கி இதிலதான் கொலை செஞ்சி கேள்விப்பட்டிருக்கேன்.

கருப்பசாமி: ஃபோரன்சிக் டிபார்ட்மென்ட்ல இருந்து வந்திருக்கிற அறிக்கைய வெச்சுக்கிட்டு எங்கிருந்து விசாரணையைத் தொடங்கறதுன்னு பெரிய குழப்பமா இருக்கு.

ராமசாமி: ஃபோரன்சிக்ல கொலை எப்படி நடந்திருக்குன்னு சொல்லியிருக்காங்க. ஆனா...

கருப்பசாமி: எதுக்கு பண்ணாங்க... யார் பண்ணாங்க ஒண்ணும் புரியுல. ஆஷாவுக்குப் பெரிய விரோதி யார் இருக்க முடியும்? அவ ஒரு சாஃப்ட் வேர் கம்பெனியில வேலை பாத்திருக்கா. அவ

வேலைய போல அவளோட நேச்சரும் சாஃப்ட்னு சொல்றாங்க. யார் கிட்டயும் அதிர்ந்துகூட பேச மாட்டாளாம்.

ராமசாமி: பேரன்ட்ஸ் ராமநாதபுரம் பக்கத்தில இருக்காங்க. அவங்களுக்குத் தகவல் சொல்லியாச்சு. நாளைக்கு வந்துருவாங்க.

கருப்பசாமி: அவளுக்கு எதாவது அச்சுறுத்தல் இருந்ததான்னு கேக்கணும்.

ராமசாமி: கேட்டன் சார். அவ ஒரு எறும்பகூட மிதிக்க மாட்டாளேன்னு அழறாங்க.

கருப்பசாமி: நேர்ல வரட்டும் மீதிய விசாரிக்கலாம். கொலையாளி சென்னைலதான் இருக்கான். அட்வான்ஸ்டு டெக்னாலஜி ஆசாமி. தலையைத் துண்டிப்பதற்கு சக்தி வாய்ந்த லேசர் ஒளிக்கற்றைப் பயன்படுத்தியிருக்காங்க. ஃபோரன்சிக் டிபார்ட்மென்ட் அறிக்கைய படிச்சியா. ரத்தம் ஒரு சொட்டுகூட வெளியேறியிருக்க வாய்ப்பே இல்லைங்கிறாங்க. கைரேகை தடயங்கள் இல்லை. இந்த மாதிரி கொலையை நானும் கேள்விபட்டதில்ல. ஏதோ கேக் கட் பண்ற மாதிரி தலையை மட்டும் கட் பண்ணி எடுத்துக்கிட்டு போயிருக்காங்க.

ராமசாமி: முகத்த வெச்சுத்தான் அடையாளம் காட்டுவோம். அதனால தலைய மட்டும் தனியா எடுத்து வேற எடத்துல போட்டிருப்பானுங்க. உடம்பு கிடைச்சது பாந்தியன் ரோடு கூவம் பிரிட்ஜ் கிட்ட. தலைய ஒருவேளை இன்னும் கொஞ்சம் தள்ளி வேற இடத்தில போட்டுருப்பானுங்க.

கருப்பசாமி: தல கிடைக்காதுன்னு மனசுக்குள்ள ஷெர்லாக் ஹோம் சொல்றாரு.

ராமசாமி: அது யாரு சார்?

கருப்பசாமி: அவர் ஒரு டெடெக்டீவ் ஏஜென்ட்.

ராமசாமி: எங்க இருக்கார் சார்?

கருப்பசாமி: சொல்றேன். ஆஷா போஸ்ட் மார்ட்டம் ரிப்போர்ட்ல அவ கர்ப்பமா இருந்ததா சொல்லியிருக்காங்க. கர்ப்பத்துக்குக் காரணம் யாரு? எவனோ அந்தப் பொண்ணைக் கல்யாணம் பண்ணிக்கிறேன்னு சொல்லி ஏமாத்தியிருக்கான். அவ வெளிய சொல்லிடுவேன்னு மிரட்டியிருக்கா. உண்மை வெளிய தெரிஞ்சிடக் கூடாதுன்னு கொன்னுட்டான். இதுதான் இப்போதைக்கு

நமக்கிருக்கிற கதை.

அப்போது போன் அடிக்கிறது.

கருப்பசாமி: ராமசாமி அந்த போனை எடு.

ராமசாமி: ஹலோ... யார் பேசறது? ஆமாம்மா... ஆஷாவோட ஃப்ரெண்டா? ஓகே..மா? உன் போன் நம்பர் சொல்லும்மா எழுதிக்கிறேன். 9... 8... 7... சரி. சரி. உடனே வாம்மா. இல்ல நாங்க வரட்டுமா? சரி... வாம்மா.

ராமசாமி போனை வைக்கும் சத்தம்.

ராமசாமி: சார் முக்கியமான தகவல் அவகூட வேலை பார்க்கிற பொண்ணு ஒருத்தி அவளாவே போன் பண்ணி சில ரகசியங்களைச் சொல்றதா சொல்லியிருக்கா.

கருப்பசாமி: பேரு?

ராமசாமி: ஈஸ்வரி... போன் நம்பர் வாங்கிட்டேன்.

கருப்பசாமி: ஆஷாவோட ஆபீஸுக்கு போன் பண்ணி ஈஸ்வரின்னு யாராவது வேலை செய்றாங்களான்னு விசாரி. சும்மா ஒரு கிராஸ் செக். பக்கத்து அண்ணாச்சி கடைல இருக்கிற லேண்ட் லைன்ல இருந்து பேசு. போலீஸ்னு காட்டிக்க வேணாம்.

ராமசாமி: எதுக்கு சார்?

கருப்பசாமி: யாராவது மிஸ் கெய்ட் பண்ணலாம். சும்மா கன்பார்ம் பண்ணு. ஈஸ்வரி கொடுத்திருக்கிற நம்பருக்கு போன் போட்டு, இன்னும் எவ்வளவு நேரம் ஆகும்னு கேளு.

ராமசாமி: அரை மணி நேரத்தில வந்துடுவேன்னு சொல்லியிருக்காங்க சார்.

கருப்பசாமி: அது ஈஸ்வரி நம்பர் தானான்னு தெரிஞ்சுக்கறதுக்குத்தான் போன் பண்ண சொல்றேன். 'அரை மணி நேரத்துக்குள்ள வந்துடுவியாம்மா... இன்ஸ்பெக்டர் ரவுண்ட்ஸ் போக வேண்டியிருக்கு'ன்னு சொல்லு போதும்.

ராமசாமி: ஓ.கே. சார்.

காட்சி 5

இன்ஸ்பெக்டர் அறை.

ராமசாமி: சார் விசாரிச்சுட்டேன். அது ஈஸ்வரி நம்பர்தான். இன்னும் அஞ்சு நிமிஷத்தில ஸ்டேஷனுக்குள்ள வந்துடுவேன்னு சொல்லிட்டா. ஆஷாவோட ஆபீஸ்லயும் விசாரிச்சேன். ஈஸ்வரின்னு ஒருத்தி வேலை செய்றதை கன்பார்ம் பண்ணிட்டேன்.

கருப்பசாமி: நீ பேசின ஈஸ்வரியும் இங்க வர்ற ஈஸ்வரியும் ஒண்ணுதான்னு எப்படி கன்பார்ம் பண்ணுவே?

ராமசாமி: அதுவந்து...

கருப்பசாமி: சரி பரவால்ல. இங்க வந்ததும் விசாரிச்சுக்கலாம். தேவைப்பட்டா ஒரு போட்டோ எடுத்துக்கலாம். ஆஷா ஆபீஸ்ல காட்டி விசாரிக்க வசதியா இருக்கும்.

கான்ஸ்டபிள் ஒருவன் உள்ளே வருகிறார். கதவு திறந்து மூடும் சத்தம்.

கான்ஸ்: சார்... உங்கள பாக்கணும்னு ஈஸ்வரின்னு ஒருத்தர் வந்திருக்காங்க.

கருப்பசாமி: வரச் சொல்லு. ராமசாமி நீ கூடவே இரு.

ராமசாமி: சரிங்க சார்.

ஆஷாவின் தோழி ஈஸ்வரி உள்ளே வருகிறார்.

ஈஸ்வரி: வணக்கம் சார்.

கருப்பசாமி: நீங்களா வந்து உங்க தோழி பத்தின சில உண்மைகளைச் சொல்ல விரும்பியிருக்கீங்க. நன்றி.

ஈஸ்வரி: என் ஃப்ரெண்ட் இப்படி அநியாயமா செத்துப் போயிருக்கா. அவளோட சாவுக்குக் காரணமானவங்களைக் கண்டுபிடிக்கணும்னு தவிச்சுக்கிட்டிருக்கேன் சார். நன்றின்னு சொல்லி என்னை யாரோ ஒருத்தி மாதிரி ஆக்கிட்டீங்களே...

கருப்பசாமி: சாரிம்மா. பொதுவா கொலைன்னா நமக்கு ஏன் வம்பு எல்லாரும் ஒதுங்கிப் போயிடுவாங்க.

ஈஸ்வரி: என் ஃப்ரெண்ட் ஆஷா கர்ப்பமா இருந்தா சார்.

கருப்பசாமி: போஸ்ட்மார்ட்டம்ல தெரிஞ்சது.

ஈஸ்வரி: அந்தக் கர்ப்பத்துக்குக் காரணம் சுரேஷ். ரெண்டு பேரும் கோயில்ல மாலை மாத்திக்கிட்டாங்க. கல்யாணத்தை ரிஜிஸ்டர் பண்ணலை. ஜஸ்ட் லிவிங் டுகெதர் லைஃப். ரெண்டு பேர் வீட்லயும் அவங்க சேர்ந்து வாழற விஷயம் தெரியாது.

கருப்பசாமி: சுரேஷ் என்ன பண்றார்?

ஈஸ்வரி: லேசர் டெக்னாலஜில எம்.டெக் முடிச்சான். அவனுக்கு யூ.எஸ் சான்ஸ் கிடைச்சிருக்கு. இந்த நேரத்தில குழந்தைலாம் வேணாம்னு சொல்லிட்டான். அதனால அவங்க ரெண்டு பேருக்கும் மிஸ் அண்டர்ஸ்டேன்டிங் ஆகிடுச்சு. இதோ இந்த நிமிஷம் வரைக்கும் ஆஷா பத்தி கவலைப் படல அவன். அவனோட யூ.எஸ் வேலை இதனால போயிடுமோன்னு கண்டுக்காம இருக்கான்.

கருப்பசாமி: அவன் இந்தக் கொலைய செஞ்சிருப்பான்னு நினைக்கிறீங்களா?

ஈஸ்வர்: அதுக்கு என்கிட்ட ப்ரூப் இல்ல சார். ஆனா, ஆஷா தனக்கு தடையாகிடுவாளோன்னு பயந்து இப்படி செஞ்சிருப்பானோன்னு யூகம்தான்.

கருப்பசாமி: கூட சேர்ந்து வாழ்ந்தவன் இந்த நிமிஷம் வரைக்கும் தன்னை அடையாளப்படுத்திக்காம இருக்கறதே அவன்மேல சந்தேகப்பட வைக்குது. அவனோட போன் நம்பர்... அட்ரஸ்?

ஈஸ்வரி: இருக்கு சார். இதோ எழுதியே எடுத்துட்டு வந்துட்டேன். பாவம் சார் ஆஷா. நல்ல பொண்ணு சார்.

ஈஸ்வரி தேம்பி அழும் சத்தம்.

கருப்பசாமி: கவலைப்படாதீங்க. ஆஷா சாவுக்கு யார் காரணமா இருந்தாலும் அவங்களுக்குத் தண்டனை வாங்கித் தர்றது என் பொறுப்பு.

நீங்க கிளம்புங்க. தேவைப்படும்போது கூப்பிடறேன்.

ஈஸ்வரி: வர்றேன் சார்.

காட்சி 6

இன்ஸ்பெக்டர் அலுவலகம்.

கருப்பசாமி: ராமசாமி ஒண்ணு கவனிச்சீங்களா?

ராமசாமி: கவனிச்சேன் சார்... லேசர் டெக்னாலஜி எம்.டெக்.

கருப்பசாமி: குட். உடனே இந்த அட்ரஸுக்குப் போங்க. அவனை விசாரிக்கணும்னு சொல்லி தூக்கிட்டு வந்துடுங்க.

ராமசாமி: ஓ.கே. சார்.

காட்சி 7

தொலைபேசி அடிக்கிறது..

கருப்பசாமி: இன்ஸ்பெக்டர் கருப்பசாமி.

ராமசாமி: சார் நான் ராமசாமி. சுரேஷைப் பிடிச்சுட்டோம்.

கருப்பசாமி: நல்லது. ரொம்ப பயமுறுத்தாம இங்க கூட்டிட்டு வந்துடுங்க.

தொலைபேசியை நிதானமாக வைத்துவிட்டு அந்த வினாடி முதலே சுரேஷுக்காகக் காத்திருக்க ஆரம்பித்தார்.

கருப்பசாமி: (நினைப்பதாக) அமெரிக்க வேலைக்காக சுரேஷ் ஆஷாவைக் கழட்டி விட நினைச்சிருக்கான். லேசர் டெக்னாலஜி மூலமாத்தான் ஆஷா கொலை செய்யப்பட்டிருக்கா. சுரேஷ் லேசர் டெக்னாலஜி படிச்சிருக்கான். ப்யூர் கோ இன்ஸிடென்ஸ்... ஈஸ்வரி சொன்னது போல ரெண்டு பேருக்கும் குழந்தை வேண்டாங்கிற விஷயத்தில மிஸ் அண்டர் ஸ்டேண்டிங். ஆஷாவும் அபார்ஷனுக்கு ஒத்துக்கிட்டா. அப்புறம் எதுக்கு கொல்லணும்? லாஜிக் பத்தல.

மறுபடி போன்.

ராமசாமிதான் பேசினார்.

ராமசாமி: சாரி சார். வர்ற வழியில... எதிர்பார்க்கவேயில்ல சார்... ஓடற ஜீப்ல இருந்து சுரேஷ் கீழ குதிச்சுட்டான்.

கருப்பசாமி: என்ன பேசறீங்க ராமசாமி? தப்பிச்சுட்டானா?

ராமசாமி: இல்ல சார்... தற்கொலை முயற்சி. எதிர்ல வந்த கார்ல மோதி...

கருப்பசாமி: உயிர் இருக்கா?

ராமசாமி: இருக்குது சார்.

கருப்பசாமி: எந்த இடத்தில நடந்துச்சு?

ராமசாமி: ராயப்பேட்டை.

கருப்பசாமி: ஹாஸ்பித்திரி இருக்கிற இடம்தான்... உடனே சேர்த்துட்டு கூடவே இருந்து பார்த்துக்கங்க.. நான் உடனே வர்றேன்.

காட்சி 8

கருப்பசாமி ஹாஸ்பிடலை அடைந்து விசாரிக்கிறார்.

கருப்பசாமி: எமெர்ஜென்ஸி வார்டு எங்கருக்கு?

ரிசப்ஷனிஸ்ட்: சார் லெப்ட்ல மூணாவது டோர்.

கருப்பசாமி: அங்க சுரேஷ்னு ஒருத்தர்...

ரிசப்ஷனிஸ்ட்: ஆமா சார். அங்கதான் ட்ரீட்மென்ட் கொடுக்கறாங்க. உங்க டிபார்ட்மென்ட் ஆட்களும் அங்கதான் இருக்காங்க.

கருப்பசாமி: தாங்க்யூ.

காலடி சத்தம். டோர் திறக்கும் சத்தம்.

ராமசாமி: வாங்க சார்.

கருப்பசாமி: இவர்தானா?

ராமசாமி: ஆமா சார். தலை, கை, கால் என்று சர்வ பாகங்களும் பாதிக்கப்பட்டிருக்கு. ஆக்ஸிஜன், ரத்தம், குளுகோஸ் எல்லாம் ட்யூப் வழியா ஏத்திக்கிட்டிருக்காங்க.

கருப்பசாமி: டாக்டர் என்ன சொன்னார்?

ராமசாமி: ஒரு வாரத்துக்கு அவனால பேச முடியாதுனு சொல்லிட்டார்.

கருப்பசாமி: பிடிச்சபோது ஏதாவது சொன்னானா?

ராமசாமி: இல்லை சார்... ஆஷா கொலை விஷயமா உங்களை விசாரிக்க வேண்டியிருக்குனு சொன்னோம். "நா கொல்லல சார்... காட் பிராமிஸ் சார்"னு தலையில கைய வெச்சு அழுதான்... ஸ்டேஷன்ல வந்து சொல்லுனு ஜீப்ல ஏத்திக்கிட்டு வந்தேன்... "வீசா கூட வந்துடுச்சி சார்..."னு புலம்பிக்கிட்டே இருந்தான். திடீர்னு எகிறி குதிச்சுட்டான்... காட் பிராமிஸ்னு சொல்றான். அதான் யோசனையா இருக்குது.

கருப்பசாமி: அதில என்ன யோசனை?

ராமசாமி: எனக்குத் தெரிஞ்சு கொலைகாரன் யாரும் காட் பிராமிஸ்னு சொன்னதில்ல.

கருப்பசாமி: காட் பிராமிஸ்னு சொல்லிட்டா நிரபராதியா?

ராமசாமி: அதுசரி சார். இந்தக் காலத்தில யாரை நம்ப முடியுது?

கருப்பசாமி: நமக்குக் கிடைச்ச ஒரே ஆதாரம் இவன். இவன்தான் கொன்னானானு முடிவு பண்றதுக்கு இதுவரைக்கும் சந்தேகம் மட்டும்தான் இருக்கு. ஆதாரம் இல்லை... விசாரிக்கணும்னா இன்னும் ஒரு வாரம் காத்திருக்கணும். என்னப்பா இது?

(சூழ்நிலையை அடுக்கிக் கொண்டே போனார் கருப்பசாமி.)

ராமசாமி: ஒருவிதத்தில பார்த்தா அமெரிக்காவுக்குப் போகணுங்கிறதுக்காகக் கருவைக் கலைக்கச் சொல்லியிருக்கான். கரு கலைக்கறதே ஒரு கொலைதான சார்? ஆஷா பிடிவாதம் பிடிக்கவே கருவைச் சுமக்கறவளையும் சேர்த்தே கொன்னுட்டான்... பிஸிக்ஸ் படிக்கிறவன். லேசர் சம்பந்தமான படிப்பு. இதுவே எவிடென்ஸ்...

கருப்பசாமி: இலை சாயற பக்கம் குலை சாயற மாதிரி சாய கூடாதுய்யா... அவசரப்பட்டு முடிவுக்கு வந்துட்டா அப்புறம் அதிலயேதான் போவே... மொதலல எத்தனை பாஸிபிலிட்டி இருக்குனு பாரு. அப்புறம் முடிவுக்கு வா...

ராமசாமி: பத்திரிகைல கூட 'தலைகள் ஜாக்கிரதை.. தலைநகர் பயங்கரம்னு' மாபியாவோட லிங்க் பண்ணி எழுதியிருந்தாங்க சார்... சேனல்ல 'ஆயிரம் தலை வாங்கும் லேசர் கொலைகாரன்னு நியூஸ் போட்டாங்க."

கருப்பசாமி: எல்லாத்தையும் கலெக்ட் பண்ணிடுங்க.. ஏதாவது க்ளூ கிடைக்கும்.

ராமசாமி: சரி சார்.

கருப்பசாமி: இருங்க. கமிஷனர் ஆபீஸுக்குப் போயிட்டு வர்றேன்.

ராமசாமி: கமிஷனர் எதுவும் கேட்டாரா?

கருப்பசாமி: இல்ல. நா பி.ஆர்.ஓ கிட்ட பேசப் போறேன்.

காட்சி 9

கமிஷனர் அலுவலகம். பி.ஆர்.ஓ. செக்ஷன்.

ஒரு காவல்துறை அதிகாரி: என்ன கருப்பசாமி இந்தப் பக்கம்?

கருப்பசாமி: பி.ஆர்.ஓ செக்ஷன்ல ஒரு சின்ன வேலை. எப்படி இருக்கீங்க?

அதிகாரி: நல்லா இருக்கேன். பாத்துட்டு வாங்க. ஒரு காபி சாப்பிடுவோம்.

கருப்பசாமி: தாங்க்யூ. வர்றேன். பி.ஆர்.ஓ செக்ஷன்ல இப்ப யார் இருக்காங்க?

அதிகாரி: மணி. தெரியும்ல?

கருப்பசாமி: நல்லா தெரியுமே... ஓ.கே. பாத்துட்டு வர்றேன்.

பூட்ஸ் சத்தம்.

கருப்பசாமி: ஹலோ மணி. உங்கள பாக்கத்தான் வந்தேன்.

பி.ஆர்.ஓ: கருப்பசாமி சாரா?

கருப்பசாமி: நல்லவேளை நீங்க இருக்கறது நல்லதாப் போச்சு. கடந்த வியாழக்கிழமை பிரஸ் மீட்ல இந்த ஒரு மாசத்தில மட்டும் பதினாறு இளம் பெண்கள் காணமல் போனதா வந்திருக்குதே மணி?

பி.ஆர்.ஓ: ஆமா சார்.

கருப்பசாமி: அந்தப் பதினாறு பேரோட டீடெய்ல்ஸ் வேணும். போட்டோ, அட்ரஸோட...

பி.ஆர்.ஓ: ஒரு மணி நேரத்தில குடுத்தனுப்பறேன் சார்.

கருப்பசாமி: தேங்க்ஸ் மணி. வர்றேன்.

கருப்பசாமி (தனக்குள்): நூல் கண்டுல எதாச்சும் சிக்கு ஏற்பட்டா ஏதாவது முனையைப் பிடிச்சு இழுத்துப் பார்க்கிற மாதிரிதான். சில சமயம் முடிச்சு அவிழும். சில சமயத்தில மேலும் சிக்கல் ஏற்படுற வாய்ப்பு இருக்கு. இழுத்துப் பார்ப்போம். அப்படிப் பாத்தா... ஆஷோவோடு பதினேழு.

காட்சி 10

மாலை. சுரேஷ் அனுமதிக்கப்பட்டிருந்த மருத்துவமனை.

காவலுக்கு இருந்த கான்ஸ்டபளிடம்...

கருப்பசாமி: கான்ஸ்டபள், நீ மட்டும்தான் இருக்கியா? சப் இன்ஸ்பெக்டர் எங்க? சுரேஷுக்கு இப்ப எப்படி இருக்கு?

கான்ஸ்டபள் பதற்றத்துடன் எழுந்து சல்யூட் வைக்கிறான்.

கான்ஸ்: குட் ஈவனிங் சார். எஸ்.ஐ சுரேஷோட பேரன்ட்ஷஸ பார்க்கப் போனாரு சார். இங்க கைனகாலஜி டாக்டர் மகேஸ்வரி உங்களைப் பாக்க வந்துட்டு போனாங்க சார்.

கருப்பசாமி: என்னை எதுக்குப் பாக்கணுமாம்?

கான்ஸ்: தெரியலை சார்.

கருப்பசாமி: ராமசாமி வந்ததும் என்னைக் கான்டாக்ட் பண்ண சொல்லு. நான் போய் கைனகாலஜி டாக்டரைப் பாத்துட்டு வந்திடறேன்.

கான்ஸ்: எஸ் சார்.

கருப்பசாமி: தரைய ஓங்கி உதைக்காதய்யா. பழைய பில்டிங்.

கான்ஸ்: சாரி சார்.

காட்சி 11

கருப்பசாமி தலைமை மருத்துவரைப் பார்க்கக் கிளம்பினார்.

கருப்பசாமி: டாக்டர் நான் கருப்பசாமி. இன்ஸ்பெக்டர். நீங்க என்னை பாக்கணும்னு சொன்னீங்களாம்.

தமிழ்மகன் | 79

மகேஸ்வரி: என் பேர் மகேஸ்வரி. ஆஷா பத்தி எனக்குத் தெரிஞ்ச விஷயத்தைச் சொல்லலாம்னுதான்.

கருப்பசாமி: ஓ... ப்ளீஸ்.

மகேஸ்வரி: ஆஷா இறந்து போனதா சொல்ற அதே நாள் இங்க வந்தா.

கருப்பசாமி: அப்படியா? எதுக்கு?

மகேஸ்வரி: அபார்ஷன் பண்றதுக்காக.

கருப்பசாமி: ப்ரக்னென்ட்டா இருக்கிறதை போஸ்ட் மார்ட்டம் ரிப்போர்ட்ல பாத்தேன்.

மகேஸ்வரி: இப்ப இங்க ஆக்ஸிடென்ட் ஆகி அட்மிட் ஆகியிருக்கிற சுரேஷும் அவளும் லிவிங் டு கெதர் லைஃப். திடீர்னு சுரேஷுக்கு வெளிநாட்ல இருந்து நல்ல ஆஃபர் வந்திருக்கு. அவன் வெளி நாட்டுக்கு போய் சம்பாதிச்சுட்டு வந்து அப்பறம் குழந்தை பெத்துக்கலாம்னு சொல்லியிருக்கான். அது ஆஷாவுக்குப் பிடிக்கல. பிரிஞ்சு வந்துட்டா. குழந்தைய அபார்ட் பண்ற முடிவெடுத்துட்டா.

கருப்பசாமி: ஐ.ஸி.

மகேஸ்வரி: நா அபார்ஷன் கேஸையெல்லாம் ஒத்துக்கறதில்லை. வேற நர்ஸிங் ஹோமுக்கு அனுப்பி வெச்சேன்.

கருப்பசாமி: எந்த நர்ஸிங் ஹோம்?

மகேஸ்வரி: மந்தாகினி மெடிகல் ரிஸர்ஸ்ச் பவுண்டேஷன்.

கருப்பசாமி: பாலவாக்கம் பக்கத்தில..?

மகேஸ்வரி: அதேதான்..

கருப்பசாமி: அங்க யார்கிட்ட அபார்ஷன் பண்ணிக்க போனாங்க?

மகேஸ்வரி: யார் கிட்டயும் பண்ணலைனுதான் போஸ்ட்மார்ட்டம் சொல்லுதே.

கருப்பசாமி: அதில்ல.. அவ யாரைப் போய் பார்த்தானு தெரிஞ்சுக்க முடியுமா?

மகேஸ்வரி: டாக்டர் மிருணாளினிய பாக்கச் சொன்னேன். அங்க போயிருக்கா... ஆனா அபார்ஷன் பண்ணிக்காம திரும்பிட்டா.

கருப்பசாமி: என்னைக்குப் போனாங்க... என்னைக்குத் திரும்பினாங்கன்னு தெரியுமா?

மகேஸ்வரி: போன வெள்ளிக்கிழமை போனா. அதே நாள் திரும்பிட்டா.

கருப்பசாமி: திரும்பி வந்துட்டு உங்ககிட்ட பேசினாங்களா? ஏன் அபார்ஷன் பண்ணிக்கலைன்னு தெரியுமா?

மகேஸ்வரி: திரும்பி வந்துட்டு பேசலை. ஆனா மந்தாகினி ஆஸ்பிடல்ல இருந்து மிருணாளினி பேசினாங்க. ஆஷா வந்துட்டு உடனே திரும்பிப் போயிட்டான்னு சொன்னாங்க.

கருப்பசாமி: வேற ஏதாவது தெரியுமா?

மகேஸ்வரி: அவ எங்க ஒர்க் பண்றாங்கிறதைக்கூட பேப்பர்ல பாத்துதான் தெரியும்.

கருப்பசாமி சிரித்தார்.

கருப்பசாமி: தகவலுக்கு நன்றி.

வெளியே வந்து ஜீப்பில் அமர்ந்தார். ஜீப் ஸ்டார்ட் ஆகும் சத்தம்.

ஜீப் டிரைவர்: சார் எங்க போகணும்?

கருப்பசாமி: பாலவாக்கம் போப்பா.

காட்சி 12
மந்தாகினி கிளினிக்.

கைனகாலஜி துறையின் தலைமை மருத்துவர் என அறிமுகப்படுத்தப் பட்ட மிருணாளினி அனாவசித்துக்கு எரிச்சலுற்றாள்.

கருப்பசாமி: ஐ ஆம் இன்ஸ்பெக்டர் கருப்பசாமி.

மிருணாளினி: என்ன விஷயமா என்னைப் பாக்க வந்தீங்க?

கருப்பசாமி: டாக்டர் மகேஸ்வரி சொன்னாங்க. உங்க கிட்ட ஆஷான்னு ஒரு பொண்ணு வந்ததா?

மிருணாளினி: சரியான போதை கேஸ்.. இப்ப நாங்க மாட்டிக்கிட்டு முழிக்கிறோம். ஹாஸ்பிடல் பேரைக் கெடுத்துட்டா.

கருப்பசாமி: போதை கேஸ்னு எப்படி சொல்றீங்க?

மிருணாளினி: அவ ரூம்ல சிரெஞ் ஒண்ணு கிடந்தது.

கருப்பசாமி: ஆஸ்பிடல்ல பல இடங்கள்ல சிரெஞ்ச் கிடக்குது. அதுக்காக அப்படி முடிவு செய்ய முடியுமா?

மிருணாளினி: அதையெல்லாம் பத்திரப்படுத்தி எடுத்து வெச்சு வர்றவங்களுக்கெல்லாம் நிரூபிச்சிக்கிட்டு இருக்க முடியுமா சார்?

கருப்பசாமி: சரி. கடைசியா ஆஷாவைப் பார்த்தது யாருன்னு சொல்ல முடியுமா?

மிருணாளினி: கடைசியான்னா? கொலைபண்ணும்போதா?

கருப்பசாமி சிரித்தார்.

கருப்பசாமி: இல்ல. இந்த ஆஸ்பிடல்ல ஆஷாவ யார் பாத்தாங்கன்னு கேட்டேன்.

மிருணாளினிள் நான்தான் பார்த்தேன்.. ரூம்ல போய் இருக்கச் சொன்னேன்.

கருப்பசாமி: எனக்கு எதாவது துப்பு கிடைக்கும்னு வந்தேன். நீங்க என்னடான்னா என்னை இங்கருந்து வெளிய அனுப்பறதுலயே இருக்கீங்க.

மிருணாளினி: அதில்லை சார். இது ரிசர்ச் பவுண்டேஷன். நிறைய ரிசர்ச் நடக்கிற இடம். இந்தப் பொண்ணால எதாவது கெட்ட பேர் வந்துடுமோன்னு பயமா இருக்கு.

(ஹாஸ்பிடலில் இருந்து இன்ஸ்பெக்டரை அனுப்புவதில்தான் அவளுடைய கவனம் முழுவதும் இருந்தது.)

கருப்பசாமி: சிரெஞ் இருந்ததை யார் பார்த்தது?

மிருணாளினி: போன வாரம் கீழ கிடந்த சிரெஞ்சை இப்பவந்து யார் பாத்ததுனு கேட்டா எப்படி?

கருப்பசாமி: இல்ல டாக்டர். நீங்கதான் சொன்னீங்க. அவ ரூம்ல சிரெஞ்ச் இருந்ததுன்னு. அதான் கேட்டேன்.

மிருணாளினி: அதெல்லாம் நினைவில்ல. நீங்க வீணா இங்க டயம் வேஸ்ட் பண்ணிட்டு இருக்கீங்க.

கருப்பசாமி: பரவாயில்ல. போலீஸ் வேலைன்னா டயம் வேஸ்ட் ஆகறதைப் பார்க்க முடியுமா?

மிருணாளினி: சார்... நான் சொன்னது, எங்க டயத்தை.

கருப்பசாமி மீண்டும் சிரித்தார்.

கருப்பசாமி: எங்களுக்கு ஒத்துழைப்பு தராததற்கு ரொம்ப நன்றி. நான் கிளம்பறேன். கிளம்பிச் செல்லும் சத்தம்.

கருப்பசாமி : (மனதுக்குள்) ஆஷா இதுவரைக்கும் வந்திருக்கிறாள். இங்கிருந்து புறப்பட்டுச் சென்றதும் காணாமல் போயிருக்கிறாள். சுமார் இருபது கி.மீட்டர் தூரம் வந்து ரகசியமாக அபார்ஷன் செய்து கொள்ள நினைச்சவ, திடீரென்று என்ன தீர்மானத்துக்கு வந்திருப்பா? வேறு யாராவது வந்து அழைச்சுட்டுப் போயிருப்பாங்களா? சுரேஷ்...? சுரேஷைத் தவிர வேறு யாரையும் சந்தேகப்படுவதற்குத் தோன்றவில்லை... அல்லது தெரியவில்லை. சுரேஷ் தேறுகிற வரை காத்திருக்காமல் வீணாக அல்லல்பட்டுக்கிட்டு இருக்கிறமா? ராமசாமி சந்தேகிச்சதுதான் சரியா?

லிஃப்ட் பட்டனை அழுத்திவிட்டுக் காத்திருந்தார். கதவு திறக்கும் நேரத்தில் ஒரு பணியாள் ட்ராலி ஒன்றைத் தள்ளிக் கொண்டு அவசரமாக நுழைந்தான்.

அட்டெண்டர்: சார் சார் ஒரு நிமிஷம்.

கருப்பசாமி: கொஞ்சம் நின்னு வரக்கூடாதா? இப்படி லிஃப்ட் டோர் மூடற நேரத்தில அவசரமா நுழையறையே?

கதவு மூடிக் கொண்டது.

அட்டெண்டர்: சார் உங்ககிட்ட ஒரு தகவல் சொல்லணும்... அதைச் சொல்றதுக்குத்தான் அவசரமா ஓடிவந்தேன். இங்க எல்லா இடத்திலயும் சிசிடிவி கேமரா இருக்கு. லிஃப்ட்குள்ளதான் இல்ல. அதான் இங்க வெச்சு சொல்றேன்.

கருப்பசாமி: சொல்லு ராஜா.

அட்டெண்டர்: ஆஷா இருந்த ரூம்லருந்து அந்த சிரெஞ்சை எடுத்தது நான்தான்.

மீண்டும் கதவு திறப்பதற்குள் சொல்லி முடித்துவிட வேண்டும் என்ற தவிப்பு தெரிந்தது அவனிடம்.

தமிழ்மகன் | 83

கருப்பசாமிக்குத் திகைப்பாகவும் மிகை ஆர்வமாகவும் இருந்தது.

கருப்பசாமி: அது இப்ப உன்கிட்ட இருக்கா?

அட்டெண்டர்: இல்ல சார்.. அப்பவே குப்பைக் கூடைல போட்டுட்டேன்.

கருப்பசாமி: அது போதை ஊசியா?

அட்டெண்டர்: அது தெரியாது சார். ஆனா.. கொஞ்ச நேரத்திலேயே அதைத் தேடிக்கிட்டு ஒருத்தர் வந்தாரு.

கருப்பசாமி: அதைத் தேடிக்கிட்டா?

அட்டெண்டர்: ஆர் அண்ட் டி' சீஃப் டாக்டர் சந்திரசேகர்.

கருப்பசாமி: ரிஸர்ச் டாக்டரா?

மேற்கொண்டு ஆச்சர்யப்படுவதற்குள் லிப்ட் தரைத் தளத்துக்கு வந்துவிட்டது.

அட்டெண்டர்: அவ்வளவுதான் சார் தெரியும். கிரவுன்ட் ப்ளோர் வந்துடுச்சு. நான் வர்ரேன் சார்.

ஏதும் நடவாததுபோல நகர்ந்தான்.

கருப்பசாமி: (தனக்குள்) ரிஸர்ச் அண்டு டெவலப்மெண்ட் சீஃப் டாக்டர் ஆஷா பயன்படுத்திய சிரெஞ்சைத் தேட வேண்டிய அவசியம் என்ன? அது முக்கிய தடயமா? ஆஷா காணாம போனது இங்கிருந்து புறப்பட்டபோதா? அல்லது இங்கிருந்தபோதா? ஆர். அண்ட் டி-க்குப் போய் பார்த்தா என்ன?

ரிசப்ஷனில் நெருங்கி...

கருப்பசாமி: இங்க ஆர் அன்டு டி எங்கம்மா இருக்கு?

ரிசப்ஷனிஸ்ட்: நாலாவது மாடில சார். அங்க யாரைப் பார்க்கணும்?

கருப்பசாமி: டாக்டர் சந்திரசேகர்...

ரிசப்ஷனிஸ்ட்: அப்பாயின்ட்மெண்ட் இருக்கா?

கருப்பசாமி: இருக்கு. வரச்சொல்லியிருக்கார்.

ரிசப்ஷனிஸ்ட்: ஓ.கே. சார் லிஃப்ட்ல போங்க.

மறுபடி லிஃப்டை பிடித்து மேலே விரைந்தார். நாலாவது மாடி.

கருப்பசாமி: (தனக்குள்) டாக்டர் சந்திரசேகர் எந்த ரூம்ல இருப்பார்னு தெரியலையே?

ப்யூன் ஒருவன் தடுப்பதற்காக அவசரப்பட்டான்.

ப்யூன்: சார்... சார்.. பேஷன்ட்ல்லாம் இந்தப் பக்கம் வரக் கூடாது.

கருப்பசாமி: நான் பேஷன்ட் இல்லை. போலீஸ்.. டாக்டர் சந்திரசேகரை பார்க்கணும்.

பியூன், எப்படி அனுமதி மறுப்பது என்று யோசித்துவிட்டு, காரணம் போதாமல்

பியூன்: சார் அது வந்து... கொஞ்ச நேரம் இருங்க. கேட்டுட்டு வந்து சொல்றேன்.

சில நிமிடங்களில் திரும்பி வந்து ஒரு விண்ணபப்பபடிவத்தை நீட்டி,

ப்யூன்: சார் இந்த அப்ளிகேஷனை ஃபில் அப் பண்ணுங்க சார்.

கருப்பசாமி: இது என்னப்பா?

ப்யூன்: இங்க வர்றவங்க இதைப் ஃபில்லப் பண்ணாத்தான் உள்ள விடுவாங்க.

கருப்பசாமி அந்த விண்ணப்பத்தைப் படித்தார்.

கருப்பசாமி: வந்திருப்பவரின் பெயர், பார்க்க விரும்பும் நபரின் பெயர், பார்க்க விரும்பும் காரணம், பணியாற்றும் மருத்துவமனை, நோயாளி பற்றிய குறிப்பு, நோய் சம்பந்தமான விவரம்... தம்பி நான் பேஷன்ட் இல்லப்பா.

ப்யூன்: டாக்டர் இதை ஃபில்லப் பண்ணி வாங்கிட்டு வான்னு சொல்லிட்டாரு. தேவையானத மட்டும் ஃபில்லப் பண்ணுங்க. மத்தத விட்டுடுங்க.

கருப்பசாமி: பெயர்: கருப்பசாமி. இன்ஸ்பெக்டர்.

பார்க்க விரும்பும் நபர்: டாக்டர் சந்திரசேகர்.

பார்க்க விரும்பும் காரணம்: ஆஷா.

பணியாற்றும் மருத்துவமனை: கே.4 போலீஸ் ஸ்டேஷன்.

நோயாளி பற்றிய குறிப்பு: ஆஷா காணாமல் போனது சம்பந்தமாக

இந்தாப்பா இவ்வளவுதான் எழுத முடிஞ்சது. இத உங்க டாக்டர் கிட்ட குடு.

ப்யூன்: இங்கயே உக்காருங்க சார். டாக்டர் கூப்புடுவாரு. வந்து சொல்றேன்.

வாங்கிச் சென்ற ப்யூன் பந்து போல திரும்பி வந்தான்.

பியூன்: (எரிச்சாலாக) ஏன் சார் உயிர் எடுக்கிறீங்க.. ஆஷான்னா யாருனு தெரியாதுனு கத்தறார் சார். அவரு பெரிய டாக்டர் சார்.. தேவையில்லாம தொந்தரவு பண்ணா கோச்சுப்பாரு.

கருப்பசாமி நிதானமிழந்தார்.

கருப்பசாமி: நீ டிஸ்டர்ப் பண்ணாத்தானே கோச்சுப்பாரு.. விடு நானே பண்ணிக்கிறேன்.

பியூன்: சார்... பர்மிஷன் இல்லாம உள்ள போகக் கூடாது சார். சார்... நில்லுங்க...

கருப்பசாமி: நீ இருப்பா நான் பேசிக்கிறேன்.

பியூன்: திட்டுவாரு சார். என் வேலை போயிடும்.

கருப்பசாமி: நான் வேற வேலை வாங்கித் தர்றேன்.

ப்யூனை ஓரமாகத் தள்ளிவிட்டு உயரமான கண்ணாடிக் கதவை உதைத்துத் தள்ளிக் கொண்டு உள்ளே நுழைந்தார்.

கருப்பசாமி: அடேங்கப்பா... இந்தக் கதவைத் திறந்தா உள்ளே அமெரிக்காவுக்குள்ள நுழைஞ்ச மாதிரி இருக்கு. வாவ். இதில சந்திரசேகர் ரூம் எங்க இருக்கு? அதோ ஒரு ரூம் இருக்கே?

வெளியே தள்ளிவிட்டு வந்த ப்யூன் மீண்டும் உள்ளே நுழைந்து இன்ஸ்பெக்டரின் கையை முரட்டுத் தனமாகப் பிடித்துக் கொண்டான்.

ப்யூன்: சொன்னா கேளுங்க சார்.. இதுக்குள்ள யாரும் வரக் கூடாதுனு சொல்லியிருக்காரு சார்.

கருப்பசாமி: என்ன தம்பி கைய பிடிச்சு இழுக்கறே... சரி. நான் உன்ன இழுத்துக்கிட்டு போறேன். கூடவே வா. இதோ... சந்திரசேகர்னு

போர்டே போட்டிருக்கே...

பியூன்: அதுவுள்ளதான் இருப்பார். ஐயோ சார்... என்ன விடுங்க நான் ஓடிப் போயிட்றேன். என்னைப் பாத்தா கொன்னே போட்டுடுவார்.

பியூன் அஞ்சி ஓடிவிடுகிறான்.

கருப்பசாமி அந்த அறைக்கதவைத் திறக்கிறார்.

கருப்பசாமி: ஹலோ டாக்டர்...

டாக்டர் சந்திரசேகர்: வாட் நான்சென்ஸ். எப்படி உள்ள வந்தீங்க?

கருப்பசாமி: கதவைத் திறந்துகிட்டுதான்.

சந்திரசேகர்: இந்த விளையாட்டெல்லாம் வேணாம். கெட் அவுட்.

கருப்பசாமி: எனக்கு சில கேள்விகள் இருக்கு. அதுக்கு பதில் கிடைச்சுட்டா போயிடுவேன்.

சந்திரசேகர்: என்ன கேள்வி?

கருப்பசாமி: கேள்வி இல்ல... கேள்விகள். ஆஷாவோட கொலை சம்பந்தமா உங்ககிட்ட கொஞ்சம் விசாரிக்கணும்.

சந்திரசேகர்: மொதல்ல வெளிய போங்க. ஸ்டெர்லைஸ் பண்ணிட்டுத்தான் உள்ள வரணும்.

கருப்பசாமி: அப்படீன்னா நீங்க வெளிய வந்து பதில் சொல்லுங்க.

சந்திரசேகர்: ஆஷான்னா யாருன்னு தெரியாதுன்னு சொல்லி அனுப்பிச்சேனே.. உங்களுக்கின்னா மூளை கெட்டுப் போச்சா? நான் கமிஷனர் கிட்ட பேசறேன்.

கருப்பசாமி: ஆஷா உங்களுக்குத் தெரியலைனா பரவாயில்லை.. அவ ரூம்ல இருந்த சிரெஞ்சை ரொம்ப பத்திரமா எடுத்து வெச்சிருக்கீங்க.. அது ஏன்னு தெரிஞ்சுக்கணும்.

சந்திரசேகர் வினாடியின் மெல்லிய இழை திடுக்கிட்டதை கருப்பசாமி கவனித்தார். விரலைச் சுண்டி, அங்கிருந்த உதவி டாக்டரை அழைத்தார்.

சந்திரசேகர்: என்ன சொல்றீங்க. சிரெஞ்சா? டாக்டர் கணேசன்... இவர் கேக்கறது உங்களுக்கு எதாச்சும் புரியுதான்னு பாருங்க.

கணேசன்: சார் ஏன் இப்படி டிஸ்டர்ப் பண்றீங்க. உங்களுக்கு என்ன வேணும்?

கருப்பசாமி: சரி நீங்க சொல்லுங்க.. அந்த சிரெஞ்சை வெச்சு என்ன பண்ண போறீங்க?

சந்திரசேகர்: என்ன சிரெஞ்? எனக்கு ஒண்ணுமே புரியலை.

கருப்பசாமி: நீங்களே உண்மையச் சொல்லிட்டா நல்லது.

சந்திரசேகர்: என்கிட்ட நீங்க எதிர்பார்க்கிற எந்த உண்மையும் இல்ல.

கருப்பசாமி: எதிர்பார்க்காத உண்மைகள் இருந்தாலும் சொல்லுங்க.

சந்திரசேகர்: மிஸ்டர்... உங்க தமிழ் விளையாட்டுக்கெல்லாம் இங்க இடமில்ல. இது ஹாஸ்பிடல்.

கருப்பசாமி: சரி மருத்துவமாவே கேக்கறேன். ஆஷாவுக்கு நீங்க போட்ட ஊசி... அதை எதுக்குப் போட்டீங்க. அவளை என்ன செஞ்சீங்க?

டாக்டர்கள் அவர்களுக்குள் ஏதோ ரகசியமாகப் பேசிக்கொள்கிறார்கள்.

சந்திரசேகர்: இந்த இன்ஸ்பெக்டருக்கு உண்மை தெரிஞ்சுடுச்சுன்னு நினைக்கிறேன்.

இன்னொரு டாக்டர்: இவனுக்கு எதுவும் தெரியல. சும்மா நம்மகிட்ட ஆழம் பாக்கிறான். நாமாக எதுவும் சொல்லிட வேணாம்.

சந்திரசேகர்: வெளிய விட்டாலும் சும்மா இருக்க மாட்டான்னு தோணுது.

கருப்பசாமி: என்ன டாக்டர்? உண்மை தெரிஞ்சுடுச்சுன்னு பயமா?

சந்திரசேகர்: உங்களுக்கு உண்மை தெரிஞ்சிருந்தாலும் தெரியலைன்னாலும் எங்களுக்குக் கவலை இல்ல.

கருப்பசாமி: அப்படீன்னா?

சந்திரசேகர்: உங்களை வெளிய விட்டாத்தானே பிரச்னை?

கருப்பசாமி: அரெஸ்ட் பண்ணி உள்ள வெச்சுடுவீங்களா?

சந்திரசேகர்: (இண்டர் காமை அழுத்தி) வேகமாக வா.

சில வினாடிகளில்.. இன்னும் இரண்டு பேர் உள்ளே நுழைவது கேட்கிறது.

உதவியாளர்கள்: என்ன டாக்டர் அவசரமா கூப்பிட்டீங்க.

சந்திரசேகர்: ஆஷா மர்டர் விஷயமா வந்திருக்காரு... இவரையும் பயன்படுத்திக்கிறதைத் தவிர வேற வழியில்லை.

சந்திரசேகர் அபிப்ராயம் தெரிவிப்பது போல சொன்னார்.

இரண்டு உதவியாளர்களும் தீர்மானமாக கருப்பசாமியை நெருங்க, ஏதோ வில்லங்கமாக நடக்கப் போவதை உணர்ந்து வேகமாக எழுந்தார்.

கருப்பசாமி: நெருங்கினா உங்களைச் சுட்டுத் தள்ளிடுவேன்.

சந்திரசேகர்: ரொம்ப அலட்டிக்காதீங்க.. அப்புறம் கஷ்டமாகிடும். அவர் கையில இருக்கிற துப்பாக்கிய பிடுங்குங்க.

கருப்பசாமி: ஏய்... ஏய்...

கருப்பசாமி சுதாரித்து சுடலாமா, வேண்டாமா என யோசிப்பதற்குள் இருவரும் பாய்ந்து கருப்பசாமியை ஒரே அமுக்காக அமுக்கிப் பிடிக்கிறார்கள்.

உதவியாளர்: துப்பாக்கிய குடுத்துடு.

கருப்பசாமி: டேய் கைய முறுக்காத.

உதவியாளர்: இவனைக் கீழத் தள்ளு. நா துப்பாக்கிய பிடுங்கிட்டேன். அப்படியே கால் அழுத்திப் பிடி. நான் இவன் கை ரெண்டையும் பின் பக்கமா வெச்சுக் கட்டிடுர்றேன்.

கருப்பசாமி கீழே விழுந்து கிடக்க, இருவரும் அவர் மேல் காலை வைத்து அழுத்தியபடி இருக்கிறார்கள்.

சந்திரசேகர்: கொஞ்சம் டீஸன்டா டீல் பண்ணலாம்னு பாத்தா... துப்பாக்கியெல்லாம் எடுக்கறீங்க. இப்ப பாருங்க நானும் துப்பாக்கி எடுக்க வேண்டியதா போச்சு.

ஊசி போட்டுக்கொள்ள அடம்பிடிக்கும் குழந்தைக்கு அறிவுரை போல சொன்னார்.

கருப்பசாமி: மிஸ்டர் சந்திரசேகர் நீங்க எல்லை மீறிப் போறீங்க.

சந்திரசேகர்: எனக்கு எல்லையே கிடையாது. ஸ்கை இஸ் மை லிமிட். உங்க அதிகாரத்தைலாம் உங்க கான்ஸ்டபிலோட நிறுத்திக்கங்க. புரியுதா?

சந்திரசேகரின் உதவியாளர்கள்: இவரோட தலையையும் தனியா எடுத்துடலாமா டாக்டர்?

சந்திரசேகர்: என்னப்பா கேள்வி. எனக்கு எல்லார் தலையும் ஒண்ணுதான்.

உதவியாளர்கள்: இதுக்கு முன்னாடி லேடி தலைகளைத்தான் கட் பண்ணோம். அதனாலதான்... இது ஆம்பளை தலையாச்சே?

சந்திரசேகர்: நோ ப்ராப்ளம். எல்லாமே பயன்படும்.

உதவியாளர்கள்: ஓ.கே டாக்டர் இவரை ஆபரேஷன் தியேட்டருக்குக் கொண்டு போறோம்.

கருப்பசாமி: யோவ் என்னய்யா பண்ண போறீங்க? தலைய வெட்றதை ஏதோ முடிவெட்றது மாதிரி சொல்றீங்க? இவரையும் யூஸ் பண்ணிக்க வேண்டியதுதான்னு சொல்றாரு. அதுக்கு என்ன அர்த்தம்? ஆஷா போலவா?

உதவியாளர்கள்: இன்னும் ரெண்டு நிமிஷத்தில சாகப் போற. உனக்கு எதுக்கு தேவையில்லாத டீடெய்ல்? பெசாம வா.

கருப்பசாமி: யோவ்... மாரியாத்தா கோயில்ல கெடா வெட்டு மாதிரி இழுத்துட்டுப் போறீங்க. சொன்னா கேளுங்க.

கருப்பசாமி பதற்றத்தில் கத்தினார்.

இருவரும் ஆளுக்கொரு கையைப் பிடித்து அலேக்காகத் தூக்கி நிறுத்தினர். கருப்பசாமி பலியாடு போல அவர்களுடன் நடந்தார்.

சந்திரசேகர்: என் துப்பாக்கிக்கு வேலை குடுக்காம போறீங்களே இன்ஸ்பெக்டர்?

ஒருவித அலட்சிய பெருமிதத்தோடு துப்பாக்கியை மேஜை அறைக்குள் போட்டுவிட்டு புன்னகைத்தார்.

அதே நேரம் அறைக்கதவை உடைத்துக் கொண்டு பாயாத குறையாக உள்ளே வந்தார் சப்-இன்ஸ்பெக்டர் ராமசாமி. கையில் துப்பாக்கி.

ராமசாமி: சார் நான் வந்துட்டேன்.

கருப்பசாமி: ராமசாமி நீயா? நல்ல நேரத்தில வந்தே.

ராமசாமி: கொலைகாரப் பசங்களா... ஹாண்ட்ஸ் அப்.

கருப்பசாமி: டோன்ட் டிலே... இந்த மூணு பேரையும் உயிர் போகாத இடமா பார்த்து சுடு.

ராமசாமி: உங்க கைய கட்டிப் போட்ட இவனுங்கள...

டுமீல்... டுமீல்... டுமீல் என்ற சத்தமும் மூன்று பேரின் அலறல் சத்தமும் கேட்கிறது.

காட்சி 12

இடம்: காவல் நிலைய விசாரணைக் கூடம்

கருப்பசாமி: என்ன டாக்டர்? உங்க ஆராய்ச்சி என்ன சென்னையில காணாமப் போன பதினாறு பெண்களைக் கொன்னதை ஒத்துக்கிறீங்களா?

சந்திரசேகர்: ரெண்டு நாளா சித்ரவதை பண்றீங்க. நீங்க இப்படி கட்டிவெச்சு எத்தனை நாள் அடிச்சாலும் நான் கொலை பண்ணதை ஒத்துக்க மாட்டேன். ஏன்னா நான் யாரையும் கொலையே பண்ணல. ஜஸ்ட் ஒவ்வொரு பெண்ல இருந்து அவங்க உடம்பைத் தனியா கழற்றி எறிஞ்சுட்டேன்.

கருப்பசாமி: யோவ்... அதுக்குப் பேர்தான்யா கொலை.

சந்திரசேகர்: நோ... கொலைன்னா அதில யாராவது சாகணும் இல்லையா?

கருப்பசாமி: டாக்டர் விளையாடாதீங்க. ஒடம்புல இருந்து தலைய தனியா எடுத்தா சாக மாட்டாங்களா?

சந்திரசேகர் (கோபமாக): நான்தான் யாரும் சாகலைன்னு சொல்றனே?

கருப்பசாமி: அப்படீன்னா அவங்க உயிரோட இருக்காங்கன்னு நிரூபி பாக்கலாம்.

சந்திரசேகர்: அப்படீன்னா... நீங்க என்னோட லேபுக்கு வாங்க.

காட்றேன்.

கருப்பசாமி: இதில நீங்க தப்பிக்கிற ப்ளான் எதுவும் இல்லையே?

சந்திரசேகர் சிரிக்கிறார்.

கருப்பசாமி: ஏன் சிரிக்கிறீங்க?

சந்திரசேகர்: நான் ஒரு ஆள். அதுவும் வயசானவன். நீங்க பத்து பேர்கூட வாங்க. எல்லாரும் துப்பாக்கி வெச்சுக்கங்க... போதுமா?

கருப்பசாமி: ம்...

சந்திரசேகர்: யோசிக்காதீங்க. வாங்க போகலாம்.

கருப்பசாமி: அதுக்கில்ல. தலைய தனியா வெட்டி எடுத்துட்டா உயிர் எப்படி இருக்கும். உங்க பேச்ச கேட்டு கிளம்பலாமா?

சந்திரசேகர்: என்கூட என்னோட ரெண்டு அஸிஸ்டென்டை அரெஸ்ட் பண்ணிக் கூட்டிட்டு வந்தீங்க. வேணும்னா அவங்க கிட்ட கேட்டு பாருங்க.

கருப்பசாமி: அவனுங்களும் இதையேத்தான் சொன்னானுங்க... அதான் குழப்பமா இருக்கு.

சந்திரசேகர்: உங்க குழப்பத்துக்கெல்லாம் விடை என் லேப்லதான் இருக்கு. வாங்க எல்லாரையும் காட்றேன்.

கருப்பசாமி: ராமசாமி... உடனே ஜீப் ரெடி பண்ணுங்க.

ஜீப் கிளம்பும் சத்தம்.

காட்சி 13

டாக்டர் சந்திரசேகர் மருத்துவமனையில் வைத்து விசாரிக்கப்பட்டார்.

கொஞ்சம் குழப்பமாக காவல் அதிகாரிகள் அவர் அழைத்துச் சென்ற இடத்துக்கு நடந்தனர். மருத்துவமனையின் பாதாள அறை அது.

சந்திரசேகர்: வாங்க போலீஸ்... வாங்க. வெல்கம்.

கருப்பசாமி: மரியாதையா பேசு. கிரைம் டி.சி வந்திருக்கார்.

சந்திரசேகர்: சாரி டி.சி.

கருப்பசாமி: இந்த ஹாஸ்பிடல்ல பாதாள அறைலாம் இருக்கா?

சந்திரசேகர்: இதை பாதாள அறைன்னு சொல்லாதீங்க. இது லேப்.

முன்னேறிய இயற்பியல் கூடமும் மருத்துவக் கூடமும் கலந்த இடம். கம்ப்யூட்டர் நெட்வொர்க் போல சில இடமும் மைக்ராஸ் கோப் கண்ணாடி சீசாவில் திரவங்கள், அமிலங்கள் அடங்கிய இடமும் கலந்து தெரிந்தது. சில கம்ப்யூட்டரில் இருந்து டெலி பிரிண்டர் போல சத்தம்.

சட்டென்று ஒரு இடத்தில் நின்றார் சந்திரசேகர்.

சந்திரசேகர்: இதோ இருக்காங்க பாருங்க.

அனைவரும் ஒரு கணம் திடுக்கிட்டு அவர் சுட்டிய இடத்தில் பார்க்க...

கருப்பசாமி: என்னய்யா... இதெல்லாம் மனித மூளை மாதிரி இருக்கு. கண்ணாடி சீசாவுல தண்டுவடத்தோடு மிதக்க விட்டிருக்க?

சந்திரசேகர்: மனித மூளைகள்னு கரெக்டா கண்டுபிடிச்சுட்டீங்களே?

கருப்பசாமி: பாராட்டினது போதும் என்னன்னு சொல்லுங்க.

சந்திரசேகர்: இது ஹாஸ்பிடல்ல நர்ஸா இருந்த மேரி.

எல்லோரும் அறையப்பட்டவர்கள் மாதிரி நின்று கொண்டிருந்தனர்.

சந்திரசேகர்: ஆனா இவ இப்ப மேரியில்ல, மகாலட்சுமி.

எல்லோரும் டாக்டர் சந்திரசேகரை குத்துமதிப்பாகத்தான் பார்த்தனர்.

சந்திரசேகர்: புரியல இல்ல? இங்க பாருங்க.. இந்த மூளையோட பிணைச்சிருக்கிற இந்த கம்ப்யூட்டரை ஆன் செய்றேன்.

சந்திரசேகர்: உன் பெயர் என்ன?

திரையில் சின்தஷைஸர் அலை அசைவுகள்.. கூடவே

“ஹலோ என் பெயர் மகாலட்சுமி” என்ற குரல்.

சந்திரசேகர்: பார்த்தீங்களா? நான் சொன்னேன் இல்ல?

சிரித்தார் சந்திரசேகர்.

சந்திரசேகர்: ஓ.கே. டார்லிங்.

திரையைவிட்டுத் திரும்பி,

சந்திரசேகர்: புரியல இல்ல? இது மேரியோட ப்ரைன். ஆனா அவளோட ப்ரைன்ல இருந்த அத்தனை செய்தியையும் அழித்துவிட்டு அதில மகாலட்சுமியோட மூளையில் இருந்த தகவலை ஏத்தியிருக்கேன்... அதனால இப்ப இவ மகாலட்சுமியாயிட்டா..

கருப்பசாமி: ஓ மை காட். இது என்ன விபரீதம்?

அனைவரும் ஒருவரை ஒருவர் பார்த்து தைரியப்படுத்திக் கொண்டனர்.

சந்திரசேகர்: பயந்துடாதீங்க... உங்களுக்கு சிம்பிளா விளக்கிட்றேன். அப்புறம் ஆச்சர்யப்பட்டுப் போயிடுவீங்க. மனிதனுக்கு மரணமே இல்லாம இருந்தா உங்களுக்கெல்லாம் சந்தோஷம்தானே? அதுக்காகத்தான் கொஞ்சம் பேரோட தலையைக் கழற்ற வேண்டியதாப் போச்சு.

கருப்பசாமி: மரணம் இல்லாம இருக்க ஆராய்ச்சியா?

சந்திரசேகர்: ஆமா. இப்ப இதோ கருப்பசாமி இருக்காரு... இவரோட உடம்புல கருப்பசாமிங்கிறது யாரு? இவரோட கையா? காலா? இந்தத் தொப்பையா? இது எதுவுமில்ல. இவரோட மூளைதான் கருப்பசாமி. இன்னும் ஷார்ட்டா சொல்லணும்னா அவருடைய மூளையில் இருக்கிற ஞாபகங்கள்தான் கருப்பசாமி. இப்ப அந்த ஞாபகங்கள் அப்படியே இன்னொரு மூளைக்கு டீகோட் பண்ண முடிஞ்சா கருப்பசாமியும் அந்த மூளைக்கு ட்ரான்ஸ்பர் ஆகிடுவார். இப்ப மேரிய மகாலட்சுமி ஆக்கினது அப்படித்தான்...

சந்திரசேகரைத் தவிர எல்லோரும் அதிர்ச்சியில் உறைந்து கிடக்கிறார்கள்.

சந்திரசேகர்: என்ன எல்லாரும் அதிர்ச்சியாகிட்டீங்க? இந்த மூளையெல்லாம் மிதக்கறதுக்கு ஒரு திரவம் பயன்படுத்தியிருக்கேன் பாருங்க. அதுக்குப் பேரு, செரிபுரோ ஸ்பைனல் ஃப்ளூயெட். இது நம்ம எல்லார் மூளையைச் சுத்தியும் இருக்கு. இந்த ஆராய்ச்சிக்காக இந்தத் திரவம் நிறைய தேவையா இருந்தது. அதுக்காகத்தான் தனியா தங்கியிருந்த சில காலேஜ் பொண்ணு மண்டையையெல்லாம் உடைக்க வேண்டியதா போச்சு.

கருப்பசாமி: கொலைகள் பத்தி இந்த உலகத்தில் உள்ள சட்டங்கள் பத்தியெல்லாம் கொஞ்சம்கூட தெரியாதா டாக்டர் உங்களுக்கு? ஆராய்ச்சி செய்றதுக்காகக் கொஞ்சம் மண்டைகளை உடைச்சுட்டேன்னு சொல்றீங்க?

சந்திரசேகர்: உலகத்தில இனிமே யாருமே சாகாம இருக்கறதுக்கு ஒரு நாலு பேரை சாகடிச்சா தப்பா? யோசிச்சு பாருங்க. ஆல்பர்ட் ஐன்ஸ்டீன், பாரதியார், மகாத்மா காந்திலாம் இப்படி உயிரோட இருந்தா எவ்ளோ நல்லாருக்கும். அதுக்காகத்தான் சில பேரை ஆராய்ச்சி பண்ணேன். இது தப்பா?

கருப்பசாமி: ஒரு எலியைக் கொல்றதும் தப்புதான். ப்ளூகிராஸ் வந்து தடுக்கும். அதானே பொதுவா எலிய வெச்சுதானே ஆராய்ச்சி பண்ணுவாங்க. அப்படி பண்ணியிருக்கலாமே?

சந்திரசேகர் தொடர்ந்தார்.

சந்திரசேகர்: எலியோட மெமரிய ஆராய்ச்சி பண்ணா திரும்ப திரும்ப திரும்ப திரும்ப மூத்தர சந்தும் சாக்கடையும்தான் வரும். எனக்கு மனித நினைவுகள் வேணும். இதில பாருங்க. டெம்ரோல் லோப்தான் இந்த டீ கோடீங்க்ல ரொம்ப இம்பார்ட்டன்ட். ஆனா ப்ரைன்ல மத்த பகுதியவிட அதுதான் ரொம்ப காம்பிளிகேட்டட். இப்ப உங்ககிட்ட

ஸ்ரீபெரும்புதூர்னு ஒரு வார்த்தைய சொல்றேன்னு வெச்சுக்கங்க. ஆடோமேடிக்கா உங்களுக்கு ராமானுஜர், நாமம், அங்க நீங்க வாங்கிப் போட்ட ரெண்டு கிரவுண்ட் நிலம் எல்லாம் எல்லாம் வரிசையா விரியும். நம்ம ஞாபகத்தில திருபெரும்புதூர் என்பது வெறும் எழுத்துக்களால் மட்டும் ஆனது அல்ல. அது ஒரு கலவை. உங்களுக்கு அங்க ஒரு ஃப்ரண்ட் இருந்தா அவரும் அதில வந்துடுவார். அவரோட போன் நம்பர், அவரோட வழுக்கத்தலை... எல்லாமே ஸ்ரீபெரும்புதூரோட ஞாபகச் சிக்குல இருக்கு.

கருப்பசாமி: உங்க ஆராய்ச்சிய அரசாங்கம் ஒத்துக்காது. நான் என் சுவாரஸ்யத்தில கேக்கறேன்... இப்ப உங்க ஆராய்ச்சி முடிஞ்சுடுச்சா?

சந்திரசேகர்: நீங்க ஒருத்தராவது ஆசப் பட்டீங்களே? சொல்றேன். மேரியோட ஞாபகப் பகுதிய எவ்வளவுதான் அழிச்சும்கூட சில நேரங்கள்ல மேரி இருந்துக்கிட்டுதான் இருந்தா. மேரிக்கு ஜான்சன் குடுத்த முத்தம் மகாலட்சுமியின் ஞாபக இடுக்குல சிக்கிடுச்சி. சில நேரங்கள்ல மகாலட்சுமி கர்த்தரேனு அழுவுறா. ஆனா இதையெல்லலாம் கொஞ்சம் கொஞ்சமா மாத்திடலாம்.

தாழ்த்தப்பட்ட பொண்ணான மேரி, பிராமின் பொண்ணு மகாலட்சுமியா மாறியிருக்கிறதால் ஏற்பட்டிருக்கிற சிக்கல் பல நேரங்கள்ல இடிக்குது. என்ன செய்றது? ஆயிரம் ஆயிரம் வருஷமா ஊறிப்போன சங்கதிங்க இல்லையா? இன்டர்னல் காம்ப்ளெக்ஸ்.

க்ரைம் டி.ஸி.க்கு ஒரு கட்டத்தில் ஆத்திரம் தாளவில்லை.

டெபுடி கமிஷனர்: நான்சென்ஸ்.. 16 பெண்களைக் கொன்னுட்டு நீங்க என்ன புதுவகை பூசணிக்காய் கண்டுபிடிச்ச மாதிரி வியாக்யானம் கொடுக்கறீங்க? செத்துப்போன பொண்ணுகளோட குடும்பத்தில இருக்கிறவங்க கண்ணீருக்கு என்ன பதில் சொல்வீங்க?

சந்திரசேகர்: என்ன... ஆஃப்ட்ரால் 16 யூஸ்லெஸ் பொண்ணுகளைக் எடுத்துக்கிட்டேன். ஆனா.. இந்த ஆராய்ச்சி சக்ஸஸ் ஆகிட்டா யாருக்குமே மரணமில்ல, புரிஞ்சுக்கங்க. ஆல்பர்ட் ஐன்ஸ்டீன், மகாத்மா காந்தி இவங்கல்லாம் இறக்கறதுக்கு முந்தி இதைக் கண்டுபிடிச்சிருந்தா, இப்ப அவங்களும் நம்மகூட இருந்து நம்ம உலகத் தமிழ் மாநாடு பத்தியெல்லாம் கருத்து சொல்லியிருப்பாங்க.

டெபுடி கமிஷனர்: போதும் நிறுத்துங்க... இந்த ஹாஸ்பிடலுக்கு சீல் வெச்சுட்டு.. இவரை கோர்ட்டுக்குக் கொண்டு போங்க.

சந்திரசேகர்: நோ.. நோ அப்படியெல்லாம் பண்ணாதீங்க.. ஹாஸ்பிடலுக்கு சீல் வெச்சுட்டா அப்புறம் ஆக்ஸிஜன் கண்ட்ரோல் இல்லாம மகாலட்சுமி செத்துப் போயிடுவா... எஸ்.பி.எஸ். புளூயட் டயாலிஸ் பண்ணனும்.

டெபுடி கமிஷனர்: ஏன்யா பாக்கறீங்க. இழுத்துட்டுப் போங்க இந்த டாக்டரை.

சந்திரசேகரைக் கதறக் கதற இழுத்துக் கொண்டு போயினர்.

காட்சி 14

சாலை

கருப்பசாமி ஜீப்பில் ஏறுவதற்கு முன் ராமசாமியை அருகில் அழைத்தார்.

கருப்பசாமி: ராமசாமி எல்லாரும் போயிட்டாங்களா?

ராமசாமி: போயிட்டாங்க சார். இந்த ஆராய்ச்சி பத்தி என்ன

நினைக்கிறீங்க சார்?

கருப்பசாமி: டாக்டரோட எண்ணம் ஆச்சர்யமானதுதான். ஆனா... சட்டம் இடம் கொடுக்காது. இப்படி எத்தனையோ ஆராய்ச்சிக்குத் தடை இருக்கு.

ராமசாமி: அமிலத்தில மிதந்துகிட்டு அந்தப் பொண்ணுங்க பேசறதுலாம் ரொம்ப ஆச்சர்யமா இருந்தது சார். உருவமே இல்லாம பேசறது எப்படி சார்?

கருப்பசாமி: அமில தேவதைகள்....

ராமசாமி: கரெக்டா சொன்னீங்க சார்.

கருப்பசாமி: அதுசரி.. நீங்க எப்படி நேத்து சரியான நேரத்துக்கு வந்து என்னைக் காப்பாத்தினீங்க?

ராமசாமி: என்ன சார், எவ்வளவு நாளா உங்களுக்குக் கீழ வேல பாக்கறேன். உங்க தாட் என்னன்னு புரியாதா? நேத்து உங்க அறைக்குள்ள போனேன். மர்மமா செத்துப் போன 16 பேரோட தகவல் உங்க டேபிள் மேல இருந்தது. அதில ஒண்ணு மேரியோட தகவல். மேரி, மந்தாகினி ஹாஸ்பிடல்ல ஒர்க் பண்ணின நர்ஸ்னு இருந்தது...

அப்புறம் சுரேஷ் அட்மிட் ஆகியிருந்த ஹாஸ்பிடலுக்குப் போனேன். அங்க நீங்க ஜீப்ல ஏறி உக்காந்து "பாலவாக்கம் போப்பா"ன்னு நம்ம சென்ட்ரி காதுல விழுற மாதிரி சொல்லிட்டு போயிருக்கீங்க. உங்க ஐடியா புரிஞ்சுப் போச்சு. பாலவாக்கத்திலதான் மந்தாகினி ஹாஸ்பிடல் இருக்கு. வேகமா மந்தாகினிக்கு வந்தேன். நீங்க டாக்டர் சந்தரசேகரைப் பார்க்கறதுக்காக பியூனை அடிச்சுத் தள்ளிட்டு உள்ள போனதா சொன்னாங்க. விஷயம் சீரியஸலயிடுச்சுன்னு நானும் துப்பாக்கியோட உள்ள பாஞ்சுட்டேன்.

கருப்பசாமி சிரித்தார்.

ராமசாமி: என்ன சார் சிரிக்கிறீங்க?

கருப்பசாமி: பேசாம ஆராய்ச்சிக்கு உன் மூளைய பயன்படுத்தியிருக்கலாம். குட். புறப்படலாம்.

ஜீப் பறந்தது.